வாராஹி

வாராஹி

கே. ஆர். ஸ்ரீநிவாச ராகவன்

வாராஹி

Varaahi

K.R. Srinivasa Raghavan ©

First Edition: December 2007

108 Pages

Printed in India.

ISBN 978-81-8368-609-9

Title No: Kizhakku 789

Kizhakku Pathippagam

177/103, First Floor,

Ambal's Building, Lloyds Road,

Royapettah, Chennai 600 014.

Ph: +91-44-4200-9603

Email : support@nhm.in
Website : www.nhm.in

Author's Email : srinivasaragavan_kr@yahoo.co.in

Printed in India by Repro Knowledgecast Limited, Thane

Kizhakku Pathippagam is an imprint of New Horizon Media Private Limited

மனம் மகிழட்டும்

(சர்வ மதங்களுக்கும் பொதுவான பிரபஞ்ச
சக்தியைப் போற்றும் துதி)

- உலகமெல்லாம் நிறைந்த பரம்பொருளே
எல்லா உயிரும் நீயே
எல்லா செல்வங்களும் நீயே
உனது அருள் எப்போதும் எங்களைக்
காத்து நிற்கிறது
இந்த உண்மையை நாங்கள் உணர
அருள்புரிவாய்.

- பசிக்கு உணவு ஆவாய்
பருகும் நீர் ஆவாய்
நோய்க்கு மருந்தாவாய்

- இருள்போக்கும் ஒளியே
வறுமை நீக்கும் செல்வமே
வாழ்வும் வளமும்
உனது நன்கொடைகள்
அன்பும் அறனும் உனது
அற்புதப் படைப்புகள்

- பிரபஞ்சமே மகாசக்தியே
உன்னில் பிறந்து
உன்னில் வளரும் எங்களை
உன்னதமாக்கி அருள்புரிவாய்!

தரிசன நேரம்

கவலைகளையே கால்களாகக் கொண்டு நடக்கிறது மனித வாழ்வு!

ஒவ்வொரு முதுகிலும் தழும்புகள்;

ஒவ்வொரு மனத்திலும் காயங்கள்!

காற்றைப் பிடிக்கக் கிளம்பி காலை உடைத்துக் கொண்ட அனுபவம், ஒவ்வொரு ஜீவனுக்கும் அனுபவ ரேகையாக ஆகியிருக்கிறது.

நாற்றாய் தலை சிலுப்பிப் பறந்த உற்சாகம், நடுவயதில் வண்டியில் கட்டுப்பட்ட மாடாய் நலிந்து போகிறது. என்ன காரணம்?

தேடலில் உண்டான தோல்வி, ஆசையால் ஏற்பட்ட பிதால்லை, வார்த்தையால் விளைந்த விபரீதம், செயலால் நேர்ந்த அவமானம், எதிர்பார்ப்பில் கூடிய சுமைகள்... என்று தன்னுள் தானே தடுமாறுகிறது மனித மனம்.

என்ன செய்வது?

எப்படிச் செய்வது?

எங்கே செய்வது?

- இப்படிப்பட்ட கேள்விகளைச் சுமந்துகொண்டு, பாலை வன ஒட்டகங்களாக பலரும் தகிப்போடு அலைந்து கொண் டிருக்கிறார்கள்.

இவ்வளவு பதற்றமோ, பயமோ அவசியமே இல்லை.

இவை அனைத்தையும் இமைக்கும் நேரத்தில் இற்றுப் போகச் செய்பவள் வாராஹி.

இந்தப் பெயரைச் சொல்லி வந்தாலே, பயம் பயப்படும்; துயர் துயர்ப்படும்!

எதிர்ப்புகளே எழமுடியாத ஆற்றல்; வார்த்தைகளையும் வசப்படுத்தும் வல்லமை; பக்தர்களை பாதுகாப்பதில் பெரு வேகம்; துஷ்டர்களைத் தொலைப்பதில் பெருங்கோபம்; அடியவர்களை உயர்த்துவதில் பேரருள்...

இவை வாராஹியின் அருங்குணங்கள்.

எவ்வளவோ இன்ஷ்யூரன்ஸ் வடிவங்கள் வந்து விட்டன.

வீட்டுக்கு, வீட்டில் உள்ள பொருட்களுக்கு, மருத்துவத் துக்கு, ஆயுள் காப்பீடுக்கு... என்று பலப்பல இருக்கின்றன.

ஆனால், குடும்ப அமைதிக்கு, மன நிம்மதிக்கு, எதிர்ப்பு களை வெல்வதற்கு, தடைகளை நீக்குவதற்கு... என்று இன்ஷ்யூரன்ஸ் உண்டா?

ஆத்மாவை அறிமுகப்படுத்த இன்ஷ்யூரன்ஸ் உண்டா?

உண்டு.

ஆனால், அதை அளிப்பது மனிதர்களோ, நிறுவனமோ இல்லை. அருளாற்றல் மிக்க அன்னை வாராஹி!

காட்டுப் பன்றியின் முகம், அழகிய இளம் பெண்ணின் உடல் என்று கொண்ட தோற்றத்தோடு காட்சியளிக்கிறாள் வாராஹி.

நான்கு கைகள், எட்டு கைகள், பதினாறு கைகள் என்று கரங்களில் பேதங்கள் உண்டு. கத்தி, கேடயம், உலக்கை, கலப்பை, சங்கு, சக்கரம் என்று ஏந்தும் ஆயுதங்களில் பேதங்கள் உண்டு.

ஆனால், பேதமில்லாதது திருவடிகள் இரண்டுதான்.

அந்தத் திருவடிகளைப் பற்றிக் கொள்ளவே, நமக்கும் இரு கரங்கள்!

கவலைகளை நினைத்து களைத்துப் போகாமல், வாராஹி என்று சொல்லி வலிமை பெறலாம்.

என்ன பேசுவது என்று நடுக்கம் வந்தால், வாராஹி என்று சொன்னால் வார்த்தைகளில் தெளிவு எழும்.

என்ன நடக்குமோ என்று நடுக்கம் மேலிட்டால், வாராஹி என்று சொல்ல துணிவு துணையாகும்.

வாராஹி, ஏவல் தெய்வமல்ல; காவல் தெய்வம்!

காலப் பயணத்தில் பத்திரமாய் கரை சேர்க்கும் கப்பல்!

வல்லமை அறியாமல் பிரார்த்தனை செய்தாலும், துணை வந்து காக்கும் அவளின் திருக்கரங்கள்; அறிந்து பூஜிப்பவர் களுக்கோ அருகிருந்து வழிநடத்தும் அருட்சுரங்கம்!

இவள் பெருஞ்சக்தி; பேச்சு வழங்குவதிலும், பேச்சை அடக்குவதிலும் நிகரற்றவள். இணையற்ற இந்த தேவியின் திருவருளை பெறுவது, வெற்றிகளுக்கான வரவேற்பு!

அதற்கான எளிய அறிமுகம்தான் இந்தப் புத்தகம்.

அன்பன்,

K.R. ஸ்ரீநிவாச ராகவன்

1. சக்தியின் அருளாடல்கள்

பாடல்களில்தான் என்ன ஒரு அழகு? தமிழின் நயத்தை, அழகை புலப்படுத்தும் விதமாகப் பாடிக் கொண்டிருக்கிறார் அவர். சுகமான சந்தம், பொருளாழம் மிக்க சொற்கள் என்று பெருகும் கவிப்புனலில் நனைந்து கொண்டிருக்கின்றனர் மன்னரும் மக்களும்.

பாடல் தொடர்கிறது:

'... மகரக் கருங்கண் செங்கனிவாய்

மடமான் கன்று வருகவே

மலையத்துவசன் பெற்றபெரு

வாழ்வே வருக வருகவே...'

அட... யார் இந்தச் சிறுமி? எங்கிருந்து வந்தாள்? கேள்வி எழுந்தது எல்லாருக்கும்; ஆனால், சிந்தனைதான் நீள வில்லை. மிகுந்த உரிமையுடன் மன்னன் அணிந்திருந்த மாலையைக் கழற்றி பாடிக் கொண்டிருந்தவரின் கழுத்தில் அணிவித்தாள்; திரும்பவும் சென்று மன்னனின் மடியில் அமர்ந்தாள்.

பாடல் முடிந்தது. அனைவரும் சுயநிலைக்கு மீண்டனர். சிறுமியை யாரென்று வினவினார் மன்னர். அவள் எழுந்

தாள்; திரும்பி உட்புறம் சந்நிதியை நோக்கி நடந்தாள்; அனைவரும் பார்க்கும் போதே மூலஸ்தானத்தினுள் மறைந் தாள்.

அவள், மதுரையின் மகாராணி மீனாட்சி; மன்னர், திருமலை நாயக்கர்; பாடியவர், ஸ்ரீ குமரகுருபரர்; அந்த நூல்தான் மீனாட்சியம்மை பிள்ளைத்தமிழ்.

மீனாட்சி மட்டுமல்ல; தமிழில் தேர்ந்த குமரகுருபரருக்கு இந்துஸ்தானி தெரியாது. சுல்தானின் சபைக்குச் சென்று பேசினால், அவனுக்கு தமிழ் தெரியாதே, என்ன செய்வது என்று யோசித்தவர், கலைவாணியை மனமொன்றிப் பாடி னார்:

'மண்கண்ட வெண்குடைக் கீழாக மேற்பட்ட மன்னரும் என்
பண்கண்ட அளவில் பணியச் செய்வாய் படைப்போன்
முதலாம்
விண்கண்ட தெய்வம் பல் கோடி உண்டேனும் விளம்பில்
உன்போல்
கண்கண்ட தெய்வம் உளதோ சகல கலா வல்லியே!'

விளைவு, படிக்காத இந்துஸ்தானியும் அவர் பேச்சுக்கு வயப் பட்டது; மறுநாள் சுல்தானிடம் அவரே இந்துஸ்தானியில் பேசினார். இவை குமரகுருபரர் சரிதம்!

களைத்துப் போய் பிரகாரத்திலேயே படுத்துவிட்டான் பரதன். உறக்கம் அவலலா இறுகத் தழுவியது.

அதே சமயம், புலனடங்கி தேவியை மனமொன்றி துதித்துக் கொண்டிருந்தான் உபாசகன் ஒருவன். நேரம் ஓடிக் கொண்டே இருக்கிறது. இரவெழும்பி விட்டது.

ஆலயத்தின் ஒரு பக்கத்தில் தூங்கிக் கொண்டிருந்த வரதனைக் கவனிக்காமல் பூட்டிவிட்டார்கள். உபாசகனும் தவத்தில் ஆழ்ந்திருந்தான்.

மனமொன்றித் துதிக்கும் உபாசகனுக்கு அருள் பாலிக்க விழைந்தாள் அம்பிகை. சந்நிதியில் இருந்து வெளிப்பட் டாள். அணிகலன்கள் ஒலியெழுப்ப, காற்றில் மணம் கூட, தாம்பூலம் கமழும் வாயுடன் நடந்தவள் உபாசகனை எழுப்பினாள்.

நான்கு கரங்களும், மகுடமும் தரித்த திருக்கோலத்தில் லயித் திருந்த அவனுக்கு, எதிரே இரண்டு கரங்களுடன் நிற்கும் பெண்ணை உணர முடியவில்லை.

'ஏன் என் தவத்தைக் கலைத்தாய்? நகர்ந்து போ இங்கிருந்து' என்று சீறினான். அவனைப் பரிதாபமாய் பார்த்த தேவி விலகி நடந்தாள். உபாசகன் மீண்டும் கண்ணை மூடி அமர்ந் தான்.

தேவி ஆலயத்தின் மறுபுறம் படுத்திருந்த வரதனை எழுப்பி னாள். தூக்கக் கலக்கத்தோடு எழுந்தவனை 'வாயைத் திற' என்றாள். அவனும் வாய் திறந்தான். மறுகணம், தேவியின் உச்சிஷ்டம் அவன் வாயில் விழுந்தது.

விளைவு, மடைப்பள்ளியில் சமையல் செய்தவன், மளமள வென்று கவிகளைப் பாடும் ஆசுகவியானான். காளமேகம் என்ற அவன் பெயரை மரியாதையோடும் பயத்தோடும் அனைவரும் உச்சரித்தனர். கேலி, கிண்டல், வசை... என்று சகலமும் பீறிட்டுக் கிளம்பின அவன் பாடல்களில்.

'வசை பாடக் காளமேகம்' என்று புகழ் பெற்ற, அவனுக்கு அருள்பாலித்தவள் திருவானைக்கா நாயகி அகிலாண டேஸ்வரி.

ஆலயத்தினுள் நுழைந்த அர்ச்சகர், அன்னை சந்நிதியின் திருக்கதவைத் திறந்தார். திரையை விலக்கிப் பார்த்தவர் அதிர்ந்து போனார்.

காரணம் -

அன்னையின் உடையில் வெற்றிலை பாக்கு எச்சில் பட்ட கறை!

இதென்ன விபரீதம்?! நடுங்கியது அவர் மனம். மன்னனை நாடிச் சொன்னார்.

மன்னன் குழம்பினான்.

'முதல் நாள் இரவு கதவு மூடப்படும் போது கறை இல்லை. மறுநாள் காலையில் அர்ச்சகர்தான் கதவைத் திறந்திருக் கிறார். பூட்டு உடைபடவும் இல்லை; கதவிலும் பின்னம் இல்லை. அப்படியானால், வேறு எவரும் உள்ளே நுழைந்து தேவியின் ஆடையில் அசுத்தப்படுத்தி இருக்க முடியாது. அப்படியானால், இந்த சம்பவம் எப்படி நடந்தது?

கேள்வி அவனைக் குடைந்துகொண்டே இருந்தது. அதே கவலையில்தான் இருந்தார் நமச்சிவாயரும். அன்னையின் ஆடையில் எச்சிற்கறையா? அதுவும் தாம்பூல எச்சிலா? குழம்பினார் அவரும்.

மறுநாள் பொழுது புலர்ந்ததும், மன்னனிடம் இருந்து அழைப்பு வந்தது. போனார்:

''அன்னையின் ஆடையில் தாம்பூல எச்சிலைத் துப்பியது நீர்தான் என்று உணர்கிறேன். ஏன் அப்படிச் செய்தீர்?'

நமச்சிவாயர் நடுங்கிப் போனார். 'அல்லும் பகலும் உள்ளத் தில் இருத்தி பாடித் துதிக்கும் அன்னை மீதா? நானா? உச்சிஷ்டத்தை உமிழ்ந்தேனா? தாயே, இதென்ன சோதனை' என்று மனம் கலங்கினார்.

மன்னன் தொடர்ந்தான்:

'தேவியின் கரத்தில் ஒரு பூச்செண்டை வைத்துக் கட்டு வேன். தேவியைப் பற்றி நீர் பாட வேண்டும். நீர் பாடப் பாட, கட்டுகள் அறுபட்டு பூச்செண்டு உம் கரத்தில் விழ வேண்டும். நீர் நிரபராதி என்று நிரூபிக்க இதுதான் வழி.'

நமச்சிவாயர் ஒரு கணம் நடுங்கினார்; உள்ளில் ஒடுங்கினார். கரமிரண்டையும் தலைக்கு மேல் உயர்த்திக் குவித்தார். மனத்துக்குள் பளீரென்று ஒளி பரவியது. அதில் அன்னை யின் திருக்கோலம் தென்பட்டது. கண்ணீர் மல்கியது. பாட ஆரம்பித்தார்:

'... பொழுது கழிந்தது வீணே; எனக்கென்ன புத்தி; உன்னை
தொழுது பணிந்து துதித்திலனே இதைச் சொல்லிச் சொல்லி
அழுது புலம்பில் விடுமோ யமன்? இனியாயினும் என்
பழுது களைந்து புரப்பாய் உலகம் படைப்பவளே...'

புலவர் பாடிக் கொண்டே போக, செண்டைப் பற்றியிருந்த கட்டுகள் தெறித்து விழுந்தன, பூச்செண்டுகள் புலவரின் கையில் வந்து விழுந்தது. அனைவரும் ஆரவாரித்தனர்.

நமச்சிவாயர் நிலத்தில் விழுந்து தொழுதார்.

அவரை அள்ளியெடுத்து அணைத்த மன்னன் சொன்னான்:

"உங்களின் பாட்டினைக் கேட்க விரும்பி, அன்னை உங்களைப் பின்தொடர்ந்தாள். அப்போது நீங்கள் துப்பிய தாம்பூல எச்சில்தான் தேவியின் ஆடைகளில் தெறித்தது என்று தேவியே எனக்கு கனவில் உணர்த்தினாள்.''

நமச்சிவாயர் மேலும் நெக்குருகிப் போனார்.

இப்படி பக்தனின் பின்னே நடந்தவள் தாமிரபரணிக் கரை யோரமாய், பாபநாசத்தில் கோவில் கொண்டுள்ள உல கம்மை.

★ ★ ★

"அட... சுப்ரமணியத்துக்கா இப்படி ஒரு ஆபத்து? அவர் மிக நல்லவராயிற்றே. யாருக்கும் எந்தத் துன்பமும் செய்ய மாட்டாரே?''

- இப்படி அங்கலாய்த்தனர் பலர்.

'அப்பாடா... இன்றோடு இவன் தொல்லை தீர்ந்தது. எப்போது பார்த்தாலும் பித்தனைப் போல் ஆடிப் பாடிக் கொண்டு இவன் செய்யும் சேட்டைகள் இனியில்லை' - என்று குதூகலித்தனர் சிலர்.

இந்த இரண்டு உணர்வும் இல்லாமல் இருக்கிறார் சுப்ரமணியம்.

'தன்னுடைய பக்தி தூய்மையானதா என்று தானே அறியும் படி அன்னை நிகழ்த்தும் விளையாட்டு' என்று சலனமற்று இருந்தார். மனம் உள்ளே ஒடுங்கியது; சகல புவனங்களை யும் ஈன்றெடுத்த பின்னும் இளமை நலம் குன்றாது விளங்கும் தேவியின் திருவடியில், மதிமுகத்தில் லயித்தது.

'உதிக்கின்ற செங்கதிர் உச்சித் திலகம்...'' என்று பாட ஆரம்பித்தார்.

தகதகவென்று எரியும் நெருப்பு; அதனால் பெருகும் அனல்... இவை எதுவுமே அவரைப் பாதிக்கவில்லை. பாடல்கள் கூடிக் கொண்டே போகின்றன. கூட்டத்தின் மத்தியில் தவிப் பும், கவலையும் பெருகிக் கொண்டே போகின்றன. எழுபது பாடல்கள் நிறைந்து எழுபத்தொன்றாவது பாடல் எழுந்தது;

'விழிக்கே அருளுண்டு அபிராம வல்லிக்கு, வேதம் சொன்ன
வழிக்கே வழிபட நெஞ்சுண்டு நமக்கு, அவ்வழி கிடக்க
பழிக்கே சுழன்று வெம் பாவங்களே செய்து பாழ் நரகக்
குழி க்கே அழுந்தும் கயவர் தம்மோடு என்ன கூட்டு
இனியே!'

பாடல் நிறைந்த களத்திலே, அபிராமவல்லி தன் தாடகத்தை சுழற்றி வானில் வீசினாள். தாடங்கம் நிலவாக ஒளிர்ந்தது. பொறாமைப்பட்டவர்கள் மனம் புழுங்கிப்போனார்; சந்தேகப்பட்டவர்கள் நடுங்கிப் பணிந்தனர்.

சுப்பிரமணியம், அபிராமி பட்டரானார்; அபிராமி அந்தாதி அன்பர்கள் போற்றும் அற்புதத் துதியாகிறது. இது திருக்கடவூரில்!

இவை... சில உதாரணங்கள்தான்:

சக்தியின் லீலைகள் அநேகம். அவள் செய்த அற்புதங்கள் பலப்பல.

அமராவதியும் காவிரியும் கூடும் சங்கமத்தில் கோயில் கொண்டுள்ள பவானி, தன்மீது பக்தி கொண்ட ஆங்கிலேய அதிகாரியை வீடு இடியும்முன் வெளியேற்றிக் காத்தது வரலாறு.

தன் பக்தனுக்காக தீபம் ஏந்திச் சென்றாள், மயிலாடுதுறை யில் கோயில் கொண்டுள்ள அபயாம்பிகை.

தஞ்சையை ஆண்ட ஏகோஜி மகாராஜாவின் மகளை குணப் படுத்தினாள் புன்னை நல்லூர் மாரி; நீலகண்ட தீட்சிதரின் பார்வையை மீட்டுக் கொடுத்தாள் மீனாட்சி...

இப்படி தேவியின் லீலைகளை அடுக்கிக்கொண்டே போக லாம். ஸ்ரீசைலத்தில் பிரமராம்பிகை சிவாஜிக்கு வீரவாள் கொடுத்தாள்; தக்ஷிணேஸ்வரத்தில், ராமகிருஷ்ணருக்கு ஞான ரசம் ஊட்டினாள் காளி; ராஜஷ்யாமளாவான மாதங்கி யின் பேரருளைப் பெற்றிருந்தான் காளிதாசன்... இப்படி வரலாற்றுச் செய்திகள் விரிகின்றன.

கம்பன், ஒட்டக்கூத்தன் என்று பெரும் புலவர்கள் கலை வாணியைக் கொண்டாடி இருக்கிறார்கள்.

சக்திதான் அனைத்துக்கும் ஆதாரம்!

சரி; சக்தி வழிபாடு எப்போது தொடங்கியது, அதையும் பார்க்கலாம்.

2. சக்தி வழிபாடு

'**ச**க்தி இருந்தா செய்; இல்லேன்னா சிவனேன்னு இரு' என்பது வழக்கில் நாம் கேட்கும் வார்த்தை. 'சர்வம் சக்தி மயம்' என்கின்றன தத்துவங்கள். இதற்கென்ன பொருள்?

பிரபஞ்சத்தின் சகல அசைவுகளுக்கும் ஆதாரமானவள் சக்தி; அனைத்துக்கும் தோற்றுவாய் அவளே!

ஆனால், அறிவு அவ்வளவு சுலபத்தில் எதையும் ஏற்றுக் கொள்கிறதா என்ன? வெற்றியும், வசதிகளும் மமதையைத் தந்துவிடுகின்றன; அப்படிப்பட்ட நிலையில்தான் தேவேந்திரன்.

அசுரர்கள் விரட்டியடிக்கப்பட்டு மீண்டும் தேவலோகத்தின் அதிபதியானதும், பட்ட பாடுகள் மறந்தன. தனது தலைமை யும், ஆற்றலுமே வெற்றிக்குக் காரணம் என்று தோன்றியது அவனுக்கு.

அந்த எண்ணம் தோன்றிய மறுகணமே, வானில் தென் பட்டது ஒரு யக்ஷ ரூபம்!

அதைப் பார்த்த இந்திரன் வியந்தான்.

யார் அது?

தேவேந்திரனான தன்னைக் கண்டு வணங்காமல் நிற்கும் இந்த உருவம் யார்?

இந்தக் கேள்வி இந்திரனின் மனத்தில் கோபத்தை ஏற்படுத் தியது. கோபத்தில் அக்னி தேவனை அழைத்தான்.

'நீ போய், அது யாரென்று விசாரித்து வா.'

அக்னியும் வேகமாய்ச் சென்றான்.

'யார் நீ?'

பதிலுக்கு யக்ஷ ரூபம் கேள்வி எழுப்பியது.

'நீ யார் என்பதை முதலில் சொல்.'

'நான் அக்னி தேவன். அனைத்தையும் பொசுக்கிச் சாம்ப லாக்கி விடும் ஆற்றல் கொண்டவன்' பெருமிதம் பொங்கச் சொன்னான், அக்னி தேவன்.

'அப்படியா, இந்தத் துரும்பைப் பொசுக்கு'

என்றது அந்த வடிவம். அக்னி தன் ஆற்றலனைத்தையும் வெளிப்படுத்தினான். அந்தத் துரும்பை எரிக்க முடிய வில்லை.

அக்னியின் தோல்வியை அறிந்த இந்திரன் வாயுவை அனுப்பினான்.

வாயுவையும் அந்தத் துரும்பை அசைக்கச் சொன்னது யக்ஷ ரூபம்.

வாயு தன் ஆற்றலனைத்தையும் திரட்டித்தான் முயற்சிக் கிறான். ஆனால் அந்தத் துரும்பு அசையவே இல்லை.

இப்படியே வருணன்... உட்பட எவராலும் அந்தத் துரும்பை அசைக்க முடியவில்லை.

'எங்களால் முடியாததை தாங்களே சென்று சாதிக்க வேண் டும்' என்றார்கள் மற்றவர்கள்.

தன்னுடைய ஆற்றல் மீதான நம்பிக்கையுடன் முன்னேறி னான் இந்திரன். ஆனால் அதே அனுபவம்தான் அவனுக்குக் கிட்டியது.

அக்னி, வருணன், வாயு உட்பட அனைவரின் ஆற்றல் மட்டு மல்ல; தன்னுடைய ஆற்றலும் அடிபட்டுப் போனவுடன், இந்திரனுக்குள் பணிவு வந்தது.

அடிபட்டவுடன், அகந்தை பணிகிறது; அடக்கம் எழுகிறது; இந்திரனும் பணிந்து கேட்டான். அந்த யக்ஷ ரூபம் சொன் னது:

'ஹ்ரீங்காரமான மாயா பீகத்தை ஜபம் செய்; நான் யாரென்று புரியும்'

அப்படியே ஜபித்தான். அந்த வடிவம் பராசக்தி என்று புரிந்து தொழுதான். ஆம்; அனைத்துலகிலும் நிறைந்துள்ள சக்தி யின் ஒட்டு மொத்த வடிவம்தான் பராசக்தி.ஆதிசக்தி என்றும் பராபரை என்றும் சொல்லப்படும் அந்தச் சக்திதான், உலக இயக்கங்கள் அனைத்துக்கும் ஆதாரமாக விளங்கு பவள்.

சிவபிரான் மோன மூர்த்தியாக, ஞான மூர்த்தியாக, தட்சிணா மூர்த்தியாக தவக்கோலம் காட்டுகிறார். 'சிவனேன்னு இரு' என்பது 'சிவ சிவ' நாம ஜபத்தில் ஆழ்ந்து, இப்படி தவக் கோலம் கொள்வதைத்தான் குறிக்கிறது.

சக்தி இருந்தாச் செய் என்பது இயங்கு நிலையைக் குறிக் கிறது. உலக இயக்கம்தான் வளர்ச்சிக்கு அடிப்படை. அந்த இயக்கத்துக்கான ஆற்றல்தான் சக்தி.

அதனால்தான் பாரதி சொன்னான்:
    'கையை சக்தி தனக்கே ஆக்கு - அது
    ராதனைகள் யாவினையும் கூடும் - கையை
    சக்தி தனக்கே கருவி யாக்கு - அது
    சக்தி யுற்று கல்லினையும் சாடும்'

இதே கருத்தைத்தான்,
'எங்கெங்கு காணினும் சக்தியடா - தம்பி
ஏழுகடல் அவள் வண்ணமடா'

என்ற பாவேந்தரின் வரிகளும் எதிரொலிக்கின்றன.

உலகின் கண்டுபிடிப்புகள், தேடல்கள், வெற்றிகள் என்று அனைத்துக்கும் ஆதாரமானவள் சக்திதான்; ஆற்றல்தான். அவளன்றி வேறில்லை.

அறிவில் வார்த்தையில் சொன்னால், Energy neither be created nor destroyed. It transformed from one from to another. இதைத் தான் மெய்ஞ்ஞானம் சொல்கிறது. சக்தியே அனைத்தும் - அவளே அனைத்துக்கும் மூலமாகிறாள்; அவளே வெவ் வேறு உருக்கொள்கிறாள். அவள் பிறப்பிக்கப்படவும் இல்லை; அழிக்கப்படவும் முடியாதவள்.

இந்த சக்தியின் பெருமையைப் பேசுவதுதான் சாக்தம்!

பல்வேறு வகையான வழிபாட்டு முறைகளை ஒழுங்கு படுத்தி, ஷண்மத ஸ்தாபனம் செய்தார் ஸ்ரீ ஆதிசங்கரர். அவை, சிவனை வழிபடும் சைவம்; திருமாலை வழிபடும் வைணவம்; முருகனை வழிபடும் கௌமாரம்; சூரியனை வழிபடும் சௌரம்; விநாயகரை வழிபடும் காணாபத்யம் மற்றும் சக்தியை வழிபடும் சாக்தம்.

சாக்த வழிபாடு பன்னெடுங்காலமாகவே உலகெங்கிலும் பின்பற்றப்பட்ட ஒன்று. சிந்து சமவெளி நாகரிகம் என்று சொல்லப்படும் மொகஞ்சதாரோ ஹரப்பா ஆகிய இடங் களில் நடந்த அகழ்வின் போது, அம்பிகையின் திருவுரு வங்கள் கிடைத்தன.

கி.மு. 4000க்கு முந்தைய காலம் எனப்படும் சிந்து சமவெளி நாகரிகக் காலத்திலேயே சக்தி வழிபாடு நிகழ்ந்திருக்கிறது. இதைப் போன்றே, பாரசீகம், சிரியா, எகிப்து, மெசப டோமியா உள்ளிட்ட பகுதிகளிலும் சிலைகள் கிடைத்திருக் கின்றன.

உதாரணமாக, பாபிலோனில் 'உம்மா' என்று தேவியை வணங்குகின்றனர்; ஆர்க்கேடியாவில் 'உம்மி' என்று சொல் கின்றனர்; சிரியாவில் 'உம்மோ' என்கின்றனர். நாம் 'உமா' என்று சொல்லும் அதே தேவியின் பெயர்தான் இப்படி மருவி வழங்குவதாக ஆய்வாளர்கள் கருதுகிறார்கள்.

இந்தியாவே சக்தி பூமி என்று சொல்லலாம். கிழக்கே அஸ்ஸாமில் காமாக்யா; மேற்கே கல்கத்தா காளி; வடக்கே காஷ்மீரில் வைஷ்ணவி; தெற்கே கன்யாகுமரியில் பகவதி. இப்படி, சக்தியின் ஆளுகைக்குட்பட்ட பெருநிலமாக விளங்குகிறது பாரதம்.

திசைதொறும் திசைதொறும் பல்வேறு தலங்கள்; பல்வேறு அருளாளர்கள்; பலப்பல அனுபவங்கள்... எண்ணத் திகட் டாது; சென்று, காணத் திகட்டாது; அனுபவம், கேட்கத் திகட்டாது.

இது பேரனுபவம்!

3. சக்தி பேதங்கள்

*ச*க்தியின் பெருமையை பல்வேறு நூல்கள் பலபடப் பாராட்டுகின்றன. தேவி பாகவதம், தேவி மகாத்மியம், லலிதோபாக்யானம், ஸ்ரீதத்வ நிதி, மந்திர மஹார்ணவம், தந்திர ராஜ தந்திரம்... என்று பலப்பல நூல்களில் சக்தியின் வடிவ பேதங்கள், ஆற்றல், வழிபடும் முறை, அதற் குரியதுதிகள், மந்திரங்கள்... என்று விவரிக்கப்படு கின்றன.

'உண்மை ஒன்றுதான். அறிஞர்கள் அதை பலவிதமாகச் சொல்கின்றனர்' என்று வேதமே விளக்கமாகச் சொல்கிறது. ஒன்றேயான உண்மையை ஏன் பலவிதமாகச் சொல்ல வேண்டும்?

காரணம், அது செயல்படும் விதத்தைப் பொறுத்தே பெயர் அமைகிறது.

அயர்ன் பாக்ஸ், டியூப் லைட், ஃபேன், பிரிட்ஜ், வாஷிங் மெஷின்... என்ற பெயர்கள், அந்தந்தப் பொருள் செயல் படும் விதம் அல்லது பலன் தரும் விதத்தைக் கொண்டே பெயர் கொண்டன. ஆனால், இவை அனைத்துக்கும் மூலப் பொருள், முதற்தேவை கரண்ட்.

அந்தக் கரண்ட் பராசக்தி; செயல்படும் விதம் அல்லது பயன்
படு முறையில் தேவிகள் வெவ்வேறு பெயர்களைக் கொண்
டார்கள்; வெவ்வேறு தோற்றங்களைக் கொண்டார்கள்.

சக்தியின் எண்ணற்ற கோலங்களில், பெரும் சிறப்புடை
யவை தசமஹாவித்யா மற்றும் சப்த மாதர்கள். திதி நித்யா
தேவிகள், யோகினிகள் என்று பல்வேறு ரூபங்கள் உண்
டெனினும், மேற்குறித்த இரண்டும் தனிச்சிறப்பு உடை
யவை.

மிகச் சுருக்கமாக இவர்களைக் காண்போம்.

காளி, தாரா, ஷோடசி, புவனேஸ்வரி, திரிபுர பைரவி, சின்ன
மஸ்தா, பகளாமுகி, மாதங்கி, தூமாவதி, கமலாத்மிகா எனப்
படும் பதின்மரும், தசமஹாவித்யாக்கள் என்று குறிக்கப்
படுபவர்கள்.

காளி: காலத்தின் வடிவானவள் காளி. கலனாத் காலயதீ இதி
காளி என்று பொருள் கொள்வார்கள். காலம் கடந்தது; யுகம்
முடிந்தது என்று சொல்லப்படும் நிலையிலும் எஞ்சி
நிற்பவள் இவள்தான். மயானத்தில் ஈசனின் திருவுடலின்
மீது நடனக் கோலத்தில் இவள் காட்சி தருவதைப் படமாகப்
பார்த்திருக்கலாம்.

திசைகளையே ஆடையாகக்கொண்ட இந்தத் திகம்பரி,
சவங்களை ஆடையாகப் பூண்டிருப்பாள். கரங்களில்
வாளும், வெட்டப்பட்ட தலையும், நீண்டு தொங்கும் நாவு
மாகத் தோற்றமளிப்பாள்; அதே சமயம், தேவியின் மற்ற இரு
கரங்கள் அபயமும், வரதமும் காட்டும். கருணையும்,
சினமும் ஒரு நாணயத்தின் இரு பக்கங்கள் எனறு காட்டும்
காளியின் தோற்றம்.

ஆதிகாளி, பத்ரகாளி, குஷ்யகாளி... என்று காளியின் வடிவ
பேதங்கள் பல. காளியே, ஸ்ரீ கிருஷ்ணனாக அவதரித்தாள்
என்கிறது காளிகா புராணம்.

தாரா: காளியைப் போன்றே தோற்றம் கொண்டவள் தாரா. சவத்தை பதித்த கோலத்தில், கத்தரிக்கோல், மண்டை ஒடு, வாள் மற்றும் நீலத்தாமரை ஆகியவற்றை ஏந்தியவளாக காட்சியளிப்பவள் தாரா. தாரைப் பயணம் மற்றும் கடற் பயணங்கள் வெற்றிகரமாக நிறைவேற அருள்பவள் இவள். வாழ்க்கைப் பயணத்தை நலமுற கடத்துவிப்பவள் என்று உட்பொருள்.

நீர் அல்லது எண்ணெய் ஒரு சீராக ஒழுகுவதை ஜலதாரை, தைலதாரை என்பர். அந்த மாதிரி வாழ்க்கைப் பயணமும் சீராக அருள்பவள் தாரா. நீலசரஸ்வதி, உக்ரதாரா, சுக்ல தாரா... என்று பல வடிவங்களில் ஆராதிக்கப்படுபவள். ஸ்ரீராமன், இந்த தேவியின் சக்தியாக வெளிப்பட்டான் என்கிறது புராணம்.

ஷோடசி: பதினாறு அக்ஷரங்களால் ஆன க்ஷோடசாக்ஷரீ என்ற மந்திரத்தால் உபாஸிக்கப்படுவதால், ஷோடசீ என்றே திருநாமம் கொள்கிறாள் அம்பிகை. ஸ்ரீலலிதா பரமேஸ் வரியே இந்த மந்திரத்தால் ஆராதிக்கப்படுபவள். ஸ்ரீசக்ர மஹாமேருவின் சிகரத்தில் வாசம் புரிபவள் இந்தப் பராம்பிகை. இவளுடைய மந்திரம்தான் ஸ்ரீவித்யை; இவளுக்குரிய யந்திரம்தான் ஸ்ரீசக்ரம். இவள் வசிக்கும் நகரமே ஸ்ரீபுரம்.

உலகின் சகல நன்மைகளுக்கும் ஆதாரமாக வாய்க்கும் பராம்பிகை இவள்தான். இவளது புகழைப் பாடுவதுதான் ஸ்ரீ லலிதா சஹஸ்ர நாமம்.

புவனேஸ்வரி: 'ஹ்ரீம்' என்னும் சிந்தாமணி பீஜத்தால் ஆராதிக்கப்படுபவள் ஸ்ரீ புவனேஸ்வரி. மாயாபீஜம், புவனேஸ்வரி பீஜம் என்றெல்லாம் சொல்லப்படும் இந்த ஹ்ரீங்காரத்தின் ஸ்வரூபமே ஸ்ரீ புவனேஸ்வரி. அகிலாண்ட கோடிப் பிரம்மாண்ட நாயகி, பிரகிருதி, இயற்கை என்று பலவாறாகவும் அறியப்படுபவள் இவள்தான்.

அங்குச பாசமும், அபயவரதமுமாக நான்கு கரத்தினளாக, புன்னகை பொலியும் முகமண்டலத்தோடு விளங்குபவள் ஸ்ரீபுவனேஸ்வரி. ஐஸ்வர்யமும், ஞானமும் அருளும் பராம்பிகை இவள்.

திரிபுர பைரவி: ஜபமாலையும், ஞானமுத்திரையும் தரித்து, அபய வரத ஹஸ்தங்களோடு அருள்பாலிப்பவள் திரிபுர பைரவி. தவாக்னி ததும்ப காட்சி தரும் இந்தப் பெருமாட்டி முக்கண்ணி. புன்னகை தவழும் திருமுக மண்டலத்தோடு காட்சி தரும் இவள், தலையில் மதிசூடிய ஞானமகள். பயத்தை அறவே போக்கும் தவச்சின்னமான இவள் திருநாமம், பயத்தோடு தொடர்புடைய பைரவி என்று அமைந்தது சுவையான முரண்.

சின்னமஸ்தா: தோற்றத்தினாலேயே அச்சமூட்டக் கூடியவள் சின்னமஸ்தா. 'துண்டித்த தலையினள்' என்பது இதன் பொருள். தன்னுடைய கழுத்தை தானே வெட்டிக் கொண்டு, அதிலிருந்து பீறிடும் குருதியை தனது தோழிகள் பருகுமாறு விளங்குவது இவள் தோற்றம். ஒரு கரத்தில் வெட்டப்பட்ட தாலை, மறுகரத்தில் கத்தரிக்கோல் மற்ற இரு கரங்கள் அபய வரத ஹஸ்தமாக துலங்குகின்றன.

'தான்' என்னும் அகங்காரக் குறியீடான தலையை வெட்டிக் கொண்டு காட்சி தரும் இந்த தேவி, புலன்கள் மனம் ஆகிய அனைத்தையும் கடந்த பெருஞானத்தின் வடிவம். திருமா லின் பரசுராமாவதாரம் இவளது வெளிப்பாடே.

பகளாமுகி: இடக்கரம் ஒருவனது நாவைப் பிடித்து இழுக் கிறது; வலக்கரத்தின் கதாயுதம் உயர்ந்து அவன் தலைமீது அடிக்க முற்படுகிறது. இப்படிப்பட்ட காட்சியைத் தருபவள் பகளாமுகி. அதாவது, சிந்தனையை, எண்ணங்களை ஸ்தம் பிக்க வைப்பவள் இவள், இவளை பூஜிப்பவர்கள் வாக்கு ஸ்தம்பனம், ஜல ஸ்தம்பம், அக்னி ஸ்தம்பம் இவற்றில் சிறப் புற்று விளங்குவர். இவளது திருமேனி, ஆடைகள், ஆபர ணங்கள் என அனைத்துமே மஞ்சள் நிறமானவை.

மஞ்சளாடை தரித்து, மஞ்சள் கிழங்குகளால் மாலை செய்து இவளை ஐபிப்பது விசேஷமானது. திருமாலின் கூர்மா வதாரம், இவளுடைய வெளிப்பாடுதான்.

தூமாவதி: தூமம் என்றால் புகை என்று பொருள்படும். ஆனால், நெருப்பு இல்லாமல் புகையில்லை. அப்படிப்பட்ட வள் தூமாவதி. கையில் முறத்தை ஏந்தியுள்ளாள் இந்த தேவி. உமியை விலக்கி அரிசியை ஏற்பது முறம்; கல்லைத் தாங்கி மாவை இழப்பது சல்லடை. நல்லதை ஏற்று தீயதை விலக்கும் ஞானம் அருள்பவள் என்பதன் அறிகுறியாக முறத்தை ஏந்தியுள்ளாள். தோற்றத்தில் தாமஸம் தெரித் தாலும், அருளில் வலியவள் தூமாவதி.

மாதங்கி: 'மாதா மரகதஸ்யாமா மாதங்கி' என்று பாடுவான் மகாகவி காளிதாசன். ராஜஸ்யாமளா என்று கொண்டாடப் படும் இந்த மாதங்கி தேவி, ஸ்ரீ லலிதா பரமேஸ்வரியின் மந்திரிணி என்று கொண்டாடப்படுபவள். ராஜ சியாமளா, லகு ஷ்யாமளா என்று வெவ்வேறு ரூபங்களிலும் ஆராதிக் கப்படுகிறாள் ஸ்ரீமாதங்கி. கலைகளின் அதிதேவதையான இவள் கரத்தில் வீணையும், பச்சைக் கிளியும் துலங்கு கின்றன. இவளுடைய அருளொளியை வெளிப்படுத்து பவளாக தரிசனம் அருளக் கொண்டிருக்கிறாள் மதுரையின் மகாராணியான ஸ்ரீ மீனாட்சி!

கமலாத்மகா: தசமஹா வித்யாக்களில் இறுதியாகச் சொல் லப்படும் இவள்தான் ஸ்ரீ மஹாலக்ஷ்மி. 'கமல மேவு திருவே நின்மேல் காதலாகி நின்றேன்' என்று பாரதி பாடியது இவளைப்பற்றித்தான். சந்திர ஸஹோதரி' என்று குறிப்பிடப் படுபவளான மஹாலக்ஷ்மி, கமலாசனத்தில் வீற்றிருக்கிறாள். மேலிரு கரங்களில் கமலம் துலங்க, கீழிரு கரங்கள் அபய வரத ஹஸ்தங்களாக விளங்குகின்றன. 'ஹிரண்ய வர்ணாம் ஹரிணீம்' என்று ஸ்ரீ ஸூக்தத்தால் ஆராதிக்கப்படும் ஸ்ரீலக்ஷ்மி, செல்வு மின்மையால் ஏற்படும் வறுமையை மட்டுமல்ல; ஞான வறுமையையும் போக்குபவள்.

திருமாலின் மச்சாவதாரம் இவள் மேற்கொண்டதே என்னும் புராணம்.

இந்த தசமஹா வித்யா தேவிகள் மட்டுமின்றி, சப்த மாதர்கள் என்று சொல்லப்படும் எழுவரையும் சுருக்கமாகப் பார்த்து விடலாம். ஏனென்றால், ஒவ்வொரு தேவியைப் பற்றியும் சூட்சுமமான சில விஷயங்களையும் பார்த்து விடுவது சிறப்பு. பிராம்மி, மாகேஸ்வரி, வைஷ்ணவி, கௌமாரி, இந்திராணி, சாமுன்டா, வாராஹி என்னும் இந்த எழுவரை யும் சப்த மாதர்கள் என்று குறிப்பிடுவர். இவர்கள் எழு வருமே ஒருவர்தான் என்றும், தேவை ஏற்படும் போது எழுவராக வெளிப்படுவர் என்றும் தேவி மகாத்மியத்தில் தேவியே சொல்கிறாள் என்ற நினைவுடன், இவர்களை அறிவோம்.

சாரதா திலகம் சப்த மாதங்களின் வடிவத்தைப் பற்றி இவ்வாறு விவரிக்கிறது:

பிராம்மி: பொன்னிறமுடைய இந்த தேவி, மான் தோலை ஆடையாகத் தரித்திருப்பாள். மூன்று கண்களை உடை யவள். மூன்று கரங்களில் தண்டம், அக்ஷமாலை, கமண் டலம் ஆகியவற்றை ஏந்தியும், நான்காவது கரத்தை அபய ஹஸ்தமாகவும் கொண்டு விளங்குவாள். அன்னத்தை வாகனமாகக் கொண்டவள்.

மாஹேஸ்வரி: வெண்ணிறமுடைய இந்த அம்பிகையும், முக்கண்ணிதான். ரிஷபத்தை வாகனமாகக் கொண்ட இந்த தேவி, சூலம், கோடரி, சிறுதுந்துபி ஆகியவற்றை தரித்தவ ளாக காட்சியளிப்பாள். யானைத் தோலை அணிந்தவள்.

கௌமாரி: செம்பரத்தைப் பூவைப் போல் சிவந்த திருமேனி கொண்டவள் இந்த அம்பிகை. பாசம், அங்குசம், தடி, கேடயம் ஆகியவற்றை தன் கரங்களில் தரித்தவள்; இரண்டு விழிகளைக் கொண்டவள்; மயிலை வாஹனமாகக் கொண்டவள்.

வைஷ்ணவீ: தமால புஷ்பத்தைப் போன்ற நீல நிறத்துடன் விளங்குபவள் இந்த தேவி. இரண்டு திருவிழிகளோடு விளங்கும் இவள், கபாலம், மணி, சங்கு மற்றும் சக்கரம் ஆகியவற்றை தன் நான்கு கரங்களிலும் ஏந்தியவளாக விளங்குவாள். கருடனை வாகனமாகக் கொண்டவள்.

இந்திராணி: இந்திராணி போன்ற நீலத் திருமேனி கொண்டவள்; அங்குசம், தோமரம், வஜ்ரம் மற்றும் மின்னல் இவைகளைத் தரித்த நான்கு கரத்தினள். இரு திருவிழிகளோடு காட்சி நல்கும் இவளது வாகனம் ஐராவதம்.

சாமுண்டா: செந்நிறமுடைய இவள், முண்டமாலை தரித்தவள்; சூலம், கத்தி, மனிதனின் தலை மற்றும் கபாலம் ஏந்தியவள். முக்கண்ணியான இவள் ப்ரேத வாகனம் கொண்டவள்.

வாராஹி: கரிய நிறம் கொண்டவள்; வராஹ (பன்றி) முகம் உடையவள்; முக்கண்ணியான இந்த தேவி, மகிஷத்தை (எருமை) வாகனமாகக் கொண்டவள்; உலக்கை, கத்தி, கேடயம், கலப்பை இவைகளை ஏந்திய திருக்கத்தினள்.

(இந்த எழுவரில் 'சாமுண்டா'வை விலக்கி 'நாரசிம்மி' என்று சொல்லும் வழக்கமுண்டு. எனினும் சாரதா திலகத்தின் படியே இவை எழுதப்பட்டுள்ளன.)

சும்ப நிசும்பர்களோடு நடக்கிறது போர்.

சும்பன் மாண்டு போனான்; அசுரசேனை சிதறுகிறது; நிசும்பன் ஆவேசமானான்:

'பலத்தினால் திமிர் கொண்டு விட்ட துர்கையே. அதை என்னிடம் காட்டாதே. மற்றவர்களின் பலத்தைக் கொண்டு யுத்தம் செய்யும் உனக்கு ஏன் இவ்வளவு கர்வம்?'

அதைக் கேட்டதும், தேவி சொன்னாள்:

'இங்கு உள்ளது நான் மட்டும்தான். இரண்டாவது என்று எதுவும் இல்லை. இவர்கள் (பிராம்மி, மாகேஸ்வரி... உள் ளிட்ட அனைவரும்) என்னுடைய அம்சங்கள், இப்போது அவர்கள் என்னுள் புகுவதைப் பார்.'

அவள் சொன்னதைத் தொடர்ந்து போரிட்டுக் கொண்டிருந்த பிராம்மி முதலான அனைவரும் தேவியின் உடலினுள் சென்று மறைந்தனர். அப்போது, தேவி ஒருத்தி மட்டுமே எஞ்சி நின்றாள்.

தேவி மகாத்மியம் 10-2 (3-6)

இந்த யுத்தத்தின்போதும், ரக்தபீஜன் வதத்தின் போதும் வாராஹி தேவி ஆவேசமாய் போரிட்டாள் என்கிறது தேவி மகாத்மியம்.

இவள் பேராற்றல் மிக்க பெருமாட்டி! இவளே, ஸ்ரீ லலிதா பரமேஸ்வரியின் படைத் தலைவி. அதனால், தண்டநாதா என்ற பெயரால் ஆராதிக்கப்படுபவளும் இந்த வாராஹி தேவிதான்!

4. வாராஹி யார்?

பராசக்தியான ஸ்ரீலலிதா பரமேஸ்வரியின் படைத் தலைவி ஸ்ரீவாராஹி. இவள் அபரிமிதமான ஆற்றல் கொண்டவள்.

ஸ்ரீலலிதாம்பிகையின் வாசஸ்தானமான ஸ்ரீசக்ரத்தில் - சிந்தாமணி கிருஹத்தின் நுழைவாயிலில்தான் ஸ்ரீவாராஹி யின் வசிப்பிடம் இருக்கிறது. ஸ்ரீ சக்ர அமைப்பில் சொன் னால் பூபுரம்தான் இவளின் வாசஸ்தானம்.

இதைப் பதினாறாவது ஆவரணம் என்பர்.

இந்த ஸ்ரீபுரத்தில் அமைந்துள்ள பரகதக் கோட்டையில் பெரும் தூண்களைக் கொண்ட மணிமண்டபத்தில் வீற்றிருக் கிறாள் ஸ்ரீ வாராஹி. அவள் பவனி வரும் ரதத்துக்கு கிரிசக்ரம் என்பது பெயர்.

'கிரிசக்ர ரதாரூட தண்டநாதா புரஸ்கிருதா'

என்கிறது லலிதா சகஸ்ரநாமம்.

படைத் தலைவியான இவளை தண்டநாதா என்று குறிப் பிடுவர். திருச்சியை அடுத்த திருவானைக்காவில் காட்சி தரும் ஸ்ரீ அகிலாண்டேஸ்வரி. ஸ்ரீ வாராஹியின் அம்சம் கொண்டவள் என்பர் பெரியோர்.

உன்மத்த பைரவி, ஸ்வப்னேசீ, திரஸ்கிருதி, கிரிபதாதேவி ஆகியவர்கள், இந்த வாராஹி தேவியின் பரிவார தேவிகள்.

பூவுலகத்தில் உள்ள மரகதமயக் கோட்டையில் மட்டுமல்ல; ஸ்ரீ லலிதா பரமேஸ்வரியின் சிந்தாமணி கிருஹம் அமைந் துள்ள மஹாபத்ம அடவியிலும் அமைந்திருக்கிறது ஸ்ரீ வாரா ஹியின் இருப்பிடம்.

ஸ்ரீ லலிதையின் அருகிலேயே பெரும் உற்சாகத்துடன் வசிக் கிறாள் தண்டினி என்கிறது ஸ்ரீ லலிதோபாக்யானம.

மஹாபத்ம அடவியின் ஈசான்ய திசையில் அதாவது வடகிழக் கில் வசிக்கிறாள் ஸ்ரீவாராஹி. பொதுவாகவே, வடகிழக்குப் பகுதி என்பது ஆராதனைக்குரியது. அந்தத் திசையில் பூஜை அறை இருக்கலாம்; கிணறு போன்றவை இருக்கலாம். அந்த இடத்தில் கட்டிடம் போன்றவற்றை அமைத்து மூடிவிடக் கூடாது என்கிறது வாஸ்து சாஸ்திரம்.

உதாரணமாக வடகிழக்குப் பகுதி அடைக்கப்பட்டு விட் டால், அந்த இல்லத்தில் குழந்தைகள் பிறக்காது. அந்தப் பகுதியில் சமையலறை அமைந்தால், வீட்டில் தொடர்ந்து மருத்துவச் செலவு இருந்துகொண்டே இருக்கும்.

இதை இன்றும் அனுபவத்தில் பல இடங்களில் பார்க்கலாம்.

ஏனென்றால், ஒரு இடத்தின் அமைதி, வளம், ஆரோக்கியம் இவற்றை முதலில் கொடுப்பது, அந்த இடத்தின் வடகிழக் குப் பகுதிதான். மற்ற இடங்களில் முன்பின்னாக இருந் தாலும், வடகிழக்குப் பகுதி சரியாக அமைந்து விட்டால், சமாளித்து விடலாம்.

அப்படி, வளம் கொடுக்கக்கூடிய வடகிழக்குப் பகுதியில், மஹாபத்ம அடவியில், ஸ்ரீ லலிதாவின் மாளிகைக்கு அருகே வசித்துக் கொண்டிருக்கிறாள் ஸ்ரீ வாராஹி தேவி.

நிகரற்ற அருளும், இணையற்ற ஆற்றலும் கொண்ட ஸ்ரீ வாரா ஹியைப் பற்றியும், இந்த தேவியின் பல்வேறு வடி

வங்களைப் பற்றியும் பல மந்திர சாஸ்திர நூல்கள் பலவாறு பாராட்டிப் பேசுகின்றன.

இந்த வராஹியைப் பற்றிப் பேசும் போது தந்திரராக தந்த்ரம் இவளே ஸ்ரீலலிதையின் தந்தை என்று குறிப்பிடுகிறது.

> 'பலிதேவ்ய ஸ்வமாயாஸ்யுஃ பஞ்சமி ஜனகாத்மிகா
> குருகுல்லா பவேன் மாதா புருஷார்தஸ்து ஸாகர'

என்கிறது.

பெண் தெய்வமாக இருப்பினும், காக்கும் திறத்தாலும், ஆற்றல் பகுதியாலும் ஆண் தெய்வமாக வர்ணிக்கப்படு கிறாள் ஸ்ரீ வாராஹி.

இந்த விஷயத்தை,

'வாராஹி பித்ரு ரூபா குருகுல்லா பலிதேவதா' என்று உறுதிப்படுத்துகிறது பாபநோபநிஷத் - அதாவது சரீரம் என்று கொண்டால் வலிமையான எலும்புப் பகுதிகளாக வாராஹியும், தசைப் பகுதியாக குருகுல்லாவும் விளங்கு கிறார்கள் என்று புலப்படும்.

எதிர்ப்புகளைச் சிதறடிக்கும் ஆற்றல் மிக்க இந்த வாராஹி யின் வடிவங்கள் பலப்பல. அவற்றை மந்திர மஹோததி, மந்திர மஹார்ணவம் உள்ளிட்ட பல்வேறு நூல்கள் வெளிப் படுத்துகின்றன.

110 அட்சரங்களைக் கொண்டது வாராஹியின் மூலமந்திரம். இதைத் தவிர, பல்வேறு மந்திரங்களும் நூல்களில் காணப் படுகின்றன. இந்த மந்திரங்கள் யாவும் ஸ்ரீ வாராஹியின் திருவருளை நமக்குக் கூட்டித் தருகின்றன.

இந்த மந்திரங்களை, உபாசிப்பவர்களின் தன்மைக்கு ஏற்ப நன்மைகளைப் பெற முடியும் என்பது பெரியோர்கள் திட்ட வட்டமாகச் சொல்கின்றனர். அதேசமயம், வாராஹி உபா

சனையை தகுந்த குருவின் வழிகாட்டுதல் இல்லாமல் மேற்
கொள்ளக் கூடாது என்றும் அறிவுறுத்துகின்றனர்.

வழி தெரியாத பயணம் எப்படி பலனளிப்பதில்லையோ,
அனுபவம் இல்லாத தொழில் எப்படி பலனளிப்ப
தில்லையோ அப்படியே குரு இல்லத மந்திர ஜபமும்.

'குருவில்லா வித்தை பாழ்' என்பாள் ஒளவைப் பெருமாட்டி.

எல்லாவற்றுக்குமே இது பொதுவானது என்றாலும்,
வாராஹி உபாசனையில் மிக மிக முக்கியமானவர் குரு.
அவரது ஆலோசனையும், வழிகாட்டுதலும் வாராஹியின்
திருவருளை எளிதில் கூட்டுவிக்கும் என்பது நிச்சயம்.

மந்திர மஹார்ணவம் கூறும் வாராஹியின் தியான ஸ்லோகம்
இது.

ரக்தாம்போருஹ கர்ணிகோபரிகதே சாவாஸநே
ஸம்ஸ்திதாம்

முண்டஸ்ரக் பரிராஜமான ஹிருதயாம் நீலாச்ம
ஸத்ரோசிஷாம் ।

ஹஸ்தாப்ஜைர் முஸலம் ஹலாபய வரான் ஸம்பிப்ரதீம்
ஸத்குசாம்

வார்த்தாளீம் அருணாம்பராம் த்ரிநயனாம் வந்தே
வராஹானனாம் ॥

இதைப் போன்று பல்வேறு தியான ஸ்லோகங்களும், மந்தி
ரங்களும் மந்திர சாஸ்திர நூல்களில் காணப்படுகின்றன. ஒவ்
வொரு மந்திரத்துக்கும் தியான ஸ்லோகங்கள் மாறுபடும்.

ஒரு ஜபம் மேற்கொள்பவர், எதற்காக அதை மேற்கொள்
கிறாரோ அதற்கு ஏற்ற மாதிரியான ஆஸனம், தியான
ஸ்லோகம், மந்திரம், முத்திரைகள் இவைகளைப் பற்றி
குருவின் மூலம் அறிந்து செய்ய வேண்டும்.

உதாரணமாக, கரண்ட் இருந்தும் லைட் எரியவில்லை என்று
சுவிட்சைக் கழற்றி, நாமே கைவைக்கக் கூடாது. எர்த் வயர்

துண்டித்திருந்தால், ரிடர்ன் கரண்ட் வந்து கொண்டிருக்கும். தொட்டால் தூக்கி எறிந்து விடும். உரியவர்கள்தான் அதில் கைவைத்துப் பரிசீலிக்க வேண்டும்.

அதே மாதிரி, குருதான் நமக்குரிய நன்மைகளைத் தரக்கூடிய மந்திரங்களை எடுத்துச் சொல்லி, ஒளி கிடைக்கச் செய்ய முடியும். புத்தகங்களைப் பார்த்துப் பயிற்சி செய்வது என் பது, காகிதப் படகில் பயணம் செய்கிற கதையாகி விடும்.

சரி; இந்த தியான ஸ்லோகங்கள், மந்திரங்களால் ஆராதிக் கப்படும் ஸ்ரீ வாராஹி எப்படிப்பட்டவள்? இவளை வழி படுவதால் என்ன பயன்? இப்படியும் ஒரு கேள்வி எழக் கூடும்.

இவள் ஆற்றல் எப்படிப்பட்டது என்பதையும், அருள் எத் தன்மையது என்பதையும் வாராகி மாலையைப் படித்தால் எளிதில் புரியும். என்றாலும், சுருக்கமாகச் சில வரிகளில் சொல்லலாம்.

★ கடனாகக் கொடுத்த பணம் திரும்பி வரவில்லையா?

★ தொழிலில் அடுத்தடுத்து தடைகளும், நஷ்டமும் ஏற்படு கிறதா?

★ குடும்பத்தில் தொடர்ந்து துன்பங்கள் வருகின்றனவா?

★ எதிர்ப்புகளால் எல்லாச் செயலும் முடங்குகின்றதா?

★ எங்கு போனாலும், எதைச் செய்தாலும் தோல்வியே உண்டாகிறதா?

★ குழப்பமும், அமைதியின்மையும் அடுத்தடுத்துத் தொடர் கிறதா?

... இப்படி எந்த வகையான இன்னல்கள் எதிர்ப்பட்டாலும், அவற்றை அறவே ஒழித்துக் கட்டி, குதூகலம் ஏற்படுத்து பவள் வாராஹி.

திருமலை திருப்பதியில் அருள்பாலிக்கும் ஸ்ரீ அலர்மேல் மங்கையின் படைத் தலைவி வாராஹி என்று தேவி மகாத் மியம் சொல்கிறது. தவிர, அலர்மேல் மங்கையின் சஹஸ்ர நாமத்திலும் ஸ்ரீ வாராஹியின் திருநாமம் இடம் பெற் றுள்ளது.

சொல்லப் போனால் திருப்பதியே வராக க்ஷேத்திரம்தான். இதன் ஆதிமூர்த்தி, ஸ்ரீவராகப் பெருமான்தான். இவருக்குத் தான் இன்றும் முதல் பூஜை என்பது திருப்பதி மகாத்மியம் அறிந்தவர்களுக்குத் தெரயும்.

இந்த வாராஹி தேவியை வழிபடச் சிறந்தது ஆஷாட நவராத்திரி காலம். அதென்ன? அதையும் பார்க்கலாம்.

5. நவராத்திரி

சக்தி வழிபாட்டில் விசேஷமான காலம் நவராத்திரி காலம். சக்தி பூமியான பாரதத்தில், இந்த நவராத்திரி நாடெங்கும் மிகச் சிறப்பாகக் கொண்டாடப்பட்டு வருகிறது. வங்காளத் தில் துர்கா பூஜையும், மைசூரில் தசராவும், தமிழ்நாட்டில் குலசேகரப் பட்டினத்தின் தசராவும் மிகவும் புகழ் பெற்றவை.

முதல் மூன்று நாட்கள் செல்வம் தரும் மகாலக்ஷ்மியாகவும், அடுத்த மூன்று நாட்கள் வெற்றி தரும் மகா துர்க்கையாகவும், கடைசி மூன்று நாட்கள் ஞானமளிக்கும் மகா சரஸ்வதி யாகவும் வழிபடும் மரபு, தொன்று தொட்டு நடைபெற்று வருகிறது.

புரட்டாசி மாதமான சரத் காலத்தில் நடைபெறுவதால், இதனை சாரதா நவராத்திரி என்று குறிப்பிடுகிறோம்.

ஆனால் இதைத் தவிர நான்கு நவராத்திரிகள் உண்டு. அவைகள் வசந்த நவராத்திரி, ஆஷாட நவராத்திரி, மாக நவராத்திரி மற்றும் பன்னி நவராத்திரி என்று குறிக்கப்படும். இவற்றை பஞ்சபூத நவராத்திரி என்று குறிப்பிடுவது வழக்கம்.

இந்த பஞ்சபூத நவராத்திரிகளில்,

சாரதா நவராத்திரி - ப்ருத்வி நவராத்திரி எனப்படும். பிருத்வி என்றால் மண். மண் வளம் பெற, மண்டலம் நலம் பெற வேண்டி நடக்கும் பண்டிகை இது. இதையடுத்து மழை வருவதும், மண் செழிப்பதும் நாம் காணும் விளைவுகள்.

வஸந்த நவராத்திரி என்பது அப்பு நவராத்திரி. அப்பு என்பது நீரைக் குறிக்கும். பூமி இளந்தளிர்களாலும், மொக்குகளா லும் எழில் ததும்பி நிற்கும். வசந்தனான மன்மதன் தேவியை பூஜித்த காலம் இது. வசந்தன் பூஜித்ததாலும், வசந்த காலத் தில் வருவதாலும் வஸந்த நவராத்திரி எனப்பட்டது.

மாக நவராத்திர என்பது வாயு நவராத்திரி. காற்று எப்படி ஓரிடத்தில் இருந்து இன்னொரு இடத்துக்கு சதா அலை கிறதோ, அப்படி உயிர்களின் போக்கையும் இயக்குவது. மென்மையும் வன்மையுமாக இணைந்தது. மாசி மாதத்தில் வருவதால் மாக நவராத்திரி எனப் பெயர் பெற்றது. இதில் பூஜிக்கப்படுபவள் 'மாதா மரகதஸ்யாமா' என்று மகாகவி காளிதாசன் கொண்டாடும் மாதங்கி என்கிற ராஜச்யாமளா.

கார்த்திகை மாதம் வரும் வன்னி நவராத்திரியே ஆகாச நவராத்திரி. இந்த வன்னி நவராத்திரியை சித்தர்கள் விசேஷ மாகக் கொண்டாடுவார்கள். இந்த நவராத்திரி காலத்தில் பூஜிக்கப்படுபவள் 'புருஷி' என்று மந்திரங்கள் குறிப்பிடும் ஸ்ரீ வனதுர்கை.

இறுதியாக வருவது ஆஷாட நவராத்திரி. இது தேயு நவராத்திரி. அதாவது நெருப்பு. சூரியனின் தென் திசைப் பயணம் இந்தச் சமயத்தில்தான் ஆரம்பிக்கிறது. தக்ஷிணாயன புண்யகாலம் என்பது இந்தச் சமயத்தைத்தான். மாரியம்மன் கோவில்களில் விழாக்கள் தொடங்குவதும் இந்தச் சமயம் தான்.

இவற்றில், மகா நவராத்திரி எனப்படும் சாரதா நவராத் திரியை ஆலமரத்தடியில் கொண்டாடுவதும், சிந்தாமணி

நவராத்திரி எனப்படும் வசந்த நவராத்திரி புன்னை மரத்தடி யில் கொண்டாடப்படுவதும் சிறப்பானது. மாக மாதமான மாசியில் வரும் நவராத்திரி நெல்லி மரத்தடியிலும், கிருத்திகை மாத நவராத்திரியை வன்னி மரத்தடியிலும் கொண்டாடுவது சிறப்பு. ஆஷாட மாதமான ஆடி மாதத்தில் வரும் நவராத்திரியை வில்வ மரத்தடியில் கொண்டாடுவது விசேஷமானது.

இந்த ஆஷாட நவராத்திரி காலத்தில், ஆராதிக்கப்படுபவள் போர்த் தெய்வமான ஸ்ரீ வாராஹி. இணையற்ற ஆற்றலும், நிகரற்ற அருளும் கொண்ட வாராஹி தேவியை உபாசிப் பவர்களுக்கு இந்த ஆஷாட நவராத்திரிக் காலம், கற்பக விருட்சம் என்றால் அதில் மிகை ஏதுமில்லை.

'இந்தக் காலத்தில் ஸ்ரீ வாராஹியை ஆராதிப்பவர்கள் ஆனந் தத்தை அடைகிறார்கள் என்பது சர்வ நிச்சயம்' என்பார் உபா சனா குலபதி ஸ்ரீலஸ்ரீ துர்க்கைச் சித்தர். அவ்வளவு சிறப் புடைய காலம், ஆஷாட நவராத்திரி காலம்.

வாராஹியே இந்த நவராத்திரிக்கு உரிய அதிதேவதை. காட்டுப் பன்றியின் தலையும், அழகிய பெண்ணின் உடலும் கொண்டு துலங்குபவள் ஸ்ரீ வாராஹி. காட்டுப் பன்றி மிகவும் உக்கிரமானது. தன் கூர்மையான கொம்புகளால், சிறுத்தையைக் கூட கொன்றழிக்கும் வீரியம் மிக்கது; அபரி மிதமான ஆற்றலும், வேகமும் கொண்டது; அச்சமில்லாமல் கோபத்துடன் எதிர்க்கும் வல்லமை பெற்றது.

அவ்வளவு ஆற்றல் கொண்டவள் என்று உவமிக்கப்படு கிறாள் வாராஹி. தவிர, காட்டுப் பன்றி எப்படி தன் கூரிய கொம்பால் நிலத்தைத் தோண்டி, உள்ளே புதைந்துள்ள கிழங்குகளை எடுத்து தனக்கு உணவாகக் கொள்கிறதோ அப்படிப்பட்டவள் வாராஹி.

தன்னைத் துதிக்கும் அன்பர்களின் முன்வினைகள், பாவங்கள், சாபங்கள் முதலானவற்றை கிண்டியெடுத்து

அழிக்கிறாள். அதனால், அவள் பக்தனின் வாழ்க்கை சந்தோஷமானதாக உருப்பெறுகிறது; பயமற்றதாக நிலை பெறுகிறது.

சராசரி மனித வாழ்வில் காணும் சஞ்சலங்கள், சங்கடங்கள், கவலைகள், ஏவல் போன்ற தீவினைகள்... எதுவும் வாராஹி பக்தனை எட்டாது. அவன் வாழ்க்கை, லாக்கரில் பாது காக்கப்பட்ட நகை போல பத்திரமாய் இருக்கிறது; பாதுகாப் பாய் நிகழ்கிறது.

அவனைச் சுற்றிலும் வாராஹியின் அருள் எப்போதும் கமாண்டோ ஃபோர்ஸ் போன்று சூழ்ந்திருக்கிறது. அவ னுக்கு துன்பம் விளைக்க முயல்பவர்கள், விளைவிப்பவர் கள் க்ஷண நேரத்தில் தண்டனைக்கு உள்ளாகிறார்கள். என்ன காரணம்? தேவியின் அருள் வேகம்!

தன்னுடைய குட்டிகளைத் தீண்ட வரும் பகைக்கு எதிராக, எப்படி காட்டுப் பன்றி மூர்க்கத்தை வெளிப்படுத்துகிறதோ, அவ்வளவு கோபத்தை தன் பக்தரைக் காக்கும் பொருட்டு வெளிப்படுத்துபவள் இந்த தேவி. அதனால்தான், வாரா ஹியை உபாசிப்பது விசேஷமாகிறது.

தவிர, தன் பக்தனுக்கு இணையற்ற ஆற்றலையும், ஞானத் தையும் அருள்பவளாகத் திகழ்கிறாள் வாராஹி. வாராஹி உபாசகனை வாதத்தில் வெல்ல முடியாது. அவ்வளவு வாக் பலம் தருபவள் வாராஹி. தவிர, எதிர்ப்பவனின் வாக்கை யும் ஸ்தம்பிக்கச் செய்து விடுவாள் இந்த தேவி. 'வாராஹிக் காரனோடு வாயாடாதே!' என்ற வழக்கு மொழி இதனால் தான்.

வாராஹி என்றும் பொதுவாகச் சொன்னாலும், ஸ்ரீ வாராஹி யின் ரூபத்திலும் பல வேறுபாடுகள் உண்டு. ஆதிவாராஹி, உன்மத்த வாராஹி, பஞ்சமி, அஸ்வாரூடா, தண்டநாதா, தூம்ர வாராஹி, பிருஹத் வாராஹி, ஸ்வப்ன வாராஹி என்று பல்வேறு ரூபங்களில் ஆராதிக்கப்படுகிறாள் ஸ்ரீ வாராஹி.

ஒவ்வொரு வடிவமும் ஒவ்வொரு தன்மையைக் கொண் டவை; ஒரே மின்சாரம்தான்! ஆனால், ஜீரோ வாட்ஸ், டியூப் லைட், மெர்க்குரி லைட், தௌஸண்ட் வாட்ஸ், ஃப்ளட் லைட்ஸ் என்று வெவ்வேறு மின்விளக்குகளும் வெளி யாக்கும் வெளிச்சத்தின் அளவு வேறுபடுகிறது. அதைப் போன்றதுதான், தேவி மேற்கொள்ளும் வடிவங்களும்.

இந்த தேவியை ஆராதிக்க பஞ்சமி, அஷ்டமி, நவமி போன்ற தினங்கள் சிறப்பானவை. என்றாலும், இந்த நவராத்திரிக் காலம் மிக மிக விசேஷமானது. அருள் பெய்வதில், பொய்க் காதவள்; காத்து நிற்பதில் நிகரற்றவள்; முன்கூட்டியே அறிவுறுத்துபவள் என்றெல்லாம் சொல்லிக்கொண்டே போகலாம்.

இந்த தேவியை வழிபடும் முறை, பூஜா காலங்கள், பூஜைக் குரிய நேரம், அமர வேண்டிய ஆசனம், பயன்படுத்த வேண் டிய மலர்கள், அளிக்க வேண்டிய நிவேதனங்கள், தியான ஸ்லோகம், மூலமந்திரம், உபயோகிக்க வேண்டிய சக்கரம் என்று அறிய வேண்டியவை அனந்தம்.

அவை அனைத்திலும் மிக முக்கியமானது நேரம் தவறாமை; இன்னொன்று சந்தேகமின்மை!

இந்த இரண்டு தவறுகளையும் அறவே செய்யக்கூடாது. செய்தால், வாராஹியின் அருள் நிச்சயம் கிடைக்காது என்பதை முதலில் நிச்சயமாக தெளிவுபடுத்திக் கொள்ள வேண்டும்.

பூஜை முறைகளைப் பற்றியெல்லாம் அறியும் முன்பு, வாராஹி தேவியின் பல்வேறு வடிவங்களையும், தியான ஸ்லோகம், மந்திரங்கள் போன்றவற்றைப் பார்க்கலாம்.

6. ஸ்ரீ வாராஹியின் வடிவங்கள்

மந்திர மஹார்ணவம், மந்திர மஹோததி, தந்திர ராஜ தந்திரம், ஸ்ரீ தத்வ நிதி உள்ளிட்ட பல நூல்களில் ஸ்ரீ வாராஹி யின் பல்வேறு வடிவங்களைப் பற்றிய செய்திகள் காணக் கிடைக்கின்றன.

ப்ருஹத் வாராஹி, ஆதி வாராஹி, ஸ்வப்ண வாராஹி, புவன வாராஹி, தூம்ர வாராஹி, பஞ்சமி வாராஹி, அஸ்வாரூடா, பந்தன வாராஹி, வார்த்தாளி வாராஹி என்று ஒன்பது வடிவங்களில் ஆராதிக்கப்படுகிறாள்.

இதைத் தவிர, உச்சிஷ்ட வாராஹி, ஸ்தம்பன வாராஹி, பந்தன வாராஹி, அஸ்த்ர வாராஹி என்றும் சில குறிப்பு களை சாஸ்திரங்களில் காண முடிகிறது.

அதாவது, குறிப்பிட்ட சில வடிவங்கள் வழக்கில் குருமுக மாக அறிந்து பின்பற்றப்பட்டு வருபவை என்பதைக் குறிப் பாக அறிய முடிகிறது.

இந்த வாராஹி தேவியின் பல்வேறு ரூபங்கள் மட்டுமல்ல. அவள் அணியும் ஆடையின் நிறம், ஏற்கும் வாகனம் இவற் றைப் பொறுத்து, உபாசகன் பெறும் பயன் அமைகிறது.

'பஞ்சமி பஞ்ச பூதேசி' என்று ஸ்ரீ லலிதா சஹஸ்ரநாமத்தில் குறிப்பிடப்படும் ஸ்ரீ வாராஹி, ஐந்து கோணங்களைக் கொண்ட சக்கரத்தில் ஆட்சி செய்பவள். அறியாமைக் கட்டி லிருந்து விலக்கி ஞானம் தருபவள். பஞ்சமி மற்றும் அஷ்டமி தினங்களில் இந்த அம்பிகையைப் பூஜிப்பது விசேஷமான பலனைத் தர வல்லது.

ஸ்ரீ வாராஹியின் சில வடிவங்களையும், அதற்குரிய தியான ஸ்லோகம் மற்றும் மந்திரங்களை இப்போது பார்க்கலாம்.

மஹா வாராஹி

ஸ்ரீ ஆதிவாராஹி என்று போற்றப்படும் மஹா வாராஹிக்கும் பல்வேறு மந்திரங்களும் தியான சுலோகங்களும் கூறப்படு கின்றன.

இந்திர நீலக் கல்லைப் போன்ற நீல நிறம் கொண்டவள். சூரியன், சந்திரன், அக்னி என்ற மூவரையும் மூன்று விழி களாகக் கொண்டவள். பிரம்மா, விஷ்ணு, இந்திரன் உள் ளிட்ட தேவர்கள், மாத்ரு கணங்கள், பைரவர்கள் என்று அனைவராலும் வணங்கப்படுபவள். கழுத்தில் ஹாரங்கள், கரங்களில் வளையல்கள், கால்களில் நூபுரம் உள்ளிட்ட பலவேறு அணிகலன்களைத் தரித்தவள். ரத்னங்கள் பதித்த மகுடம் அணிந்தவள். கலப்பை உலக்கை உள்ளிட்ட ஆயுதங் களை ஏந்தியவள் என்றெல்லாம் வர்ணிக்கப்படுகிறாள் ஸ்ரீ மஹாவாராஹி.

அவளுக்குரிய தியான ஸ்லோகம

வந்தே வராக வக்த்ராம் வரமணிமகுடாம் வித்ருமர் ரோத்ரபூஷாம்
ஹாரக்ரைர வேயத்துங்க ஸ்தனபரநமிதாம் பீதகௌஸேய வஸ்த்ராம் ।
தேவீம் தக்ஷோர்த்வ ஹாஸ்தே முஸலமத வரம் லாங்கலம் வா கலாபம்

வாமாப்யாம் தாரயந்தீம் குவலயக்லிதாம் ச்யாமளாம்
சுப்ரஸன்னாம் ॥

இந்த த்யான ஸ்லோகத்துக்குரிய மந்திரம் வருமாறு:

ஓம் ஐம் க்லெளம் ஓம் நமோ பகவதி வார்த்தூளி வார்த்தாளி,
வாராஹி, வாராஹி வராஹமுகி வராஹமுகி, அந்தே
அந்தினி நம: ருந்தே ருந்தினி நம: பஞ்ஜே பஞ்ஜினி நம:
ஸ்தம்பே ஸ்தம்பினி நம: மோஹே மோஹினி நம:
ஸர்வதுஷ்ட ப்ரதுஷ்டானாம் ஸர்வேஷாம் வாக்சித்த சக்ஷூர்
முககதி ஜிஹ்வா ஸ்தம்பம் குருகுரு, சீக்ரம் வச்யம் குருகுரு,
ட்ட ட்ட ட்ட ட்ட ஹ்ரூம் பட் ஸ்வாஹா

இதுமட்டுமல்ல. சிறு மாற்றத்துடன் கூடிய மந்திரம்
வேறொன்றையும் பழக்கத்தில் காண்கிறோம்.

ஐம் ஐம் ஹ்ரீம் ஸ்ரீம் ஐம் க்லெளம் ஐம் நமோ பகவதி
வார்த்தாளி வார்த்தாளி வாராஹி வாராஹி வராகமுஹி
வராஹமுகி அந்தே அந்தினி நம: ருந்தே ருந்தினி நம:
ஸ்தம்பே ஸ்தம்பினி நம: ஸர்வதுஷ்ட ப்ரதுஷ்டானாம்
ஸர்வேஷாம் ஸர்வவாக் சித்த சக்ஷூர்முக கதி ஜிஹ்வா
ஸ்தம்பனம் குருகுரு சீக்ரம் வச்யம் ஐம் க்லெளம் ட: ட: ட:
ட: ஹ்ரூம் அஸ்திராய பட்.

மேற்சொன்ன இரண்டுமே நிக்ரஹ ஸ்தம்பன மந்திரங்கள்.
இந்த மந்திரத்துக்கு தரணீ - வாராஹி ரிஷி: ப்ருஹதீ - சந்தஸ்;
தேவதை - மஹாவாராஹி.

க்லெளம் - பீஜம்; ஐம் - சக்தி; ஹ்ரீம் - கீலகம்.

இவற்றைக் கொண்டு சங்கல்பமும் மந்திரத்தைக் கொண்டு
அங்க ந்யாஸ, கரந்யாஸமும் செய்துகொள்ள வேண்டும்.

இவையன்றி வேறொரு மந்திரத்தையும் வழக்கில் காண்
கிறோம். இந்த மந்திரமும் வல்லமை மிக்கது. அளப்பரிய
நலன்களை அள்ளித் தருவது.

இந்த மந்திரத்தின் ரிஷி - சிவரிஷி; ஜகதீ - சந்தஸ்; தேவதை - வாராஹி; க்லௌம் - பீஜம்; ஸ்வாஹா - சக்தி என்று கொண்டு ஜபம் செய்ய வேண்டும்.

வாராஹியின் மந்திரத்தை ஏற்றபடி பிரித்து அங்க ந்யாஸ மும், கரந்யாஸமும் செய்ய வேண்டும். இந்த மந்திரத் தையும், அதற்குரிய தியான ஸ்லோகத்தையும் அடுத்து பார்க்கலாம்.

த்யான ஸ்லோகம்

ப்ரத்யக்ராருண ஸங்காஸ பத்மாந்தர்கத வாஸினீம்

இந்த்ரநீல மஹாதேஜ: ப்ரகாசாம் விச்வமாதரம்

ருண்டம் ச முண்டமாலாட்ய நவரத்ன விபூஷிதாம்

அனர்க்ய ரத்ன கடித முகுடஸ்ரீ விராஜிதாம்

கௌஸேயார் கோருகாம் சாரு ப்ரவான மணி பூஷணாம்

விராஜித சதுர்பாஹும் கபிலாக்ஷீம் ஸுமத்யமாம்

நிதம்பினீ உத்பலாபாம் கடோரகன ஸத்குசாம்

இதற்குரிய மந்திரம்

ஓம் நமோ பகவதி வார்த்தாளி வார்த்தாளி வாராஹி வாராஹி வராஹமுகி வராஹமுகி அந்தே அந்தினி நம: ருந்தே ருந்தினி நம: ஜம்பே ஜம்பினி நம: மோஹே மோஹினி நம: ஸ்தம்பே ஸ்தம்பினி நம: ஸர்வதுஷ்ட ப்ரதுஷ்டானாம் ஸர்வேஷாம் ஸர்வ வாக்சித்த சக்ஷூர் முக கதி ஜிஹ்வா ஸ்தம்பனம் குரு குரு சீக்ரம் வச்யம் குருகுரு ஐம் க்லௌம் ட்ட ட்ட ட்ட ட்ட: ஹ்ரூம் பட் ஸ்வாஹா

எதை விரும்பி ஸ்ரீ வாராஹியை உபாசிக்கிறோமோ அதற்கு ஏற்ப புலி, குதிரை, சிங்கம், கருடன் இந்த வாகனங்களில் வீற்ற கோலத்திலும், கரும்பச்சை, மஞ்சள், சிவப்பு, கறுப்பு, புகை நிறம் ஆகிய நிறங்களைக் கொண்டவளாகவும் தியானிக்க வேண்டும் என்கிறது மந்திர சாஸ்திரம்.

அஸ்வாரூடா

ஸ்ரீ லலிதையின் குதிரைப் படைக்குத் தலவியாக விளங்கு பவள். ஸ்ரீ அஸ்வாரூடா. இவள் லலிதையின் கரத்தில் விளங்கும் பாசத்தில் இருந்து தோன்றியவள். எப்போதும் குதிரையின் மீது விளங்குவதால், அஸ்வாரூடா என்ற பெயரால் குறிக்கப்படுகிறாள் இந்தத் தேவி.

இது சிறப்புமிக்கத் திருக்கோலம். பாயும் நிலையில் எப்போதும் துடிப்புடன் காட்சி தரும் இந்தக் குதிரை. அபராஜிதம் என்பது இதன் பெயர். வெல்ல முடியாதது என்று இதற்குப் பொருள். இவளை உபாசிப்பவர்கள் பெரும் புகழோடு விளங்குவார்கள்.

ஸ்ரீவித்யா மார்க்கத்தில், இந்த அஸ்வாரூடா உபாசனையும் ஓர் பகுதி. குறிப்பாக, இவளது குதிரையைப் பூஜித்து, இந்தத் தேவியையும் பூஜிப்பது பெரும் வெற்றியைக் கொடுக்கும். மேற்கொள்ளும் எந்தச் செயலிலும் வெற்றி கொடுப்பதும், எதிர்ப்புகளை அநாயாசமாக முறியடிப்பதும், செல்வாக்கு புகழ், பதவி, செல்வம் என்று நிறைவுகளை அருள்வதும் இவளது தனித் திறன்.

இந்தத் தேவிக்குரிய தியான ஸ்லோகம்ஃ

அஸ்வாரூடே கராக்ரே நவகனமயீம் வேத்ரயகூஷீம் ததானா
தக்ஷிணேனா நாயந்தீ ஸ்புரி தனுலதா பாசபத்தான்
ஸ்வலஸாத்யான் ।
தேவ நித்யப்ரஸன்னா சசிகலதரா ஸா த்ரிநேத்ராபிமா
தத்யாதாத்யா நவத்யா கல சுகவர ப்ராப்தி ஹ்ருத்யாம்
ஸ்ரீயம் நமஃ ॥

மந்திரம்

ஆம் ஹ்ரீம் க்ரோம் ஏஹியேஹி பரமேஸ்வரீ ஸ்வாஹா ।

இந்த மந்திரத்துக்கு ஸ்வச்சானந்த பைரவர் ரிஷி; காயத்ரி சந்தஸ்; ஸ்ரீ அஸ்வா ரூடாம்பா தேவதை; ஆம் பீஜம்; ஹ்ரீம்

சக்தி; க்ரோம் கீலகம் என்று கொண்டு ஜபம் செய்ய வேண்டும்.

இதைத் தவிர, ஸ்ரீஅஸ்வாரூபா தேவிக்கு வேறு மந்திரங் களும் காணக் கிகைட்கின்றன.

மேருதந்திரம் கூறும் தஸாக்ஷரீ மந்திரத்தை அடுத்துப் பார்க்கலாம்.

இந்த மந்திரத்துக்கு ரிஷி பிரம்மா; விராட் சந்தஸ்; தேவதை தஸாக்ஷரி அஸ்வாரூடாம்பா

தியான ஸ்லோகம்

அஸ்வாரூடாம் சந்திரபாலாம் த்ரயக்ஷாம் பாரேன லாத்யகம்
பத்வானயந்தீம் வாமேன தக்ஷே கனக வேத்ரிகாம்

மந்திரம்

ஓம் ஏஹி பரமேஸ்வரி ஸ்வாஹா

21 அட்சரங்களுடன் கூடிய மந்திரம் ஒன்றையும் மேரு தந்திரம் குறிப்பிடுகிறது. இந்த மந்திரத்தை ஜபிக்கும்போது, ஸ்ரீ அஸ்வாரூடா ரிஷபத்தில் வருகிறாள்.

மந்திரம்

ஓம் ஹ்ரீம் நமோ பகவதி மாஹேஸ்வரி
ஏஹி பரமேஸ்வரி ஸ்வாஹா

இவற்றைத் தவிர, பதினோரு அக்ஷரங்கள், பதிமூன்று அக்ஷரங்கள், பதினான்கு அக்ஷரங்கள் என்ற கணக்கில் அமைந்த அஸ்வாரூடா மந்திரங்களும் இருக்கின்றன.

இந்த அஸ்வாரூடா ஜபத்துக்கு பவளம் மற்றும் சிவப்புக் கல் மாலை, ருத்ராக்ஷ மாலை போன்றவை சிறப்புடையவை. செந்தாமரை, மல்லிகை, மலர்கள் இவளுக்கு உகந்தவை. இவளது அருள் வேண்டிச் செய்யப்படும் ஹோமத்தில் ஆல், அத்தி, மர சமித்துகளும், செவ்வரளி, தாமரை மலர்களும் பயன்படுத்துவது சிறந்த பலன் தரும்.

ஸ்வப்ன வாராஹி

அஸ்வாரூடாவைப் போன்றே ஸ்ரீ ஸ்வப்ன வாராஹிக்கும் பல்வேறு மந்திரங்கள் இருக்கின்றன. பதினைந்து அக்ஷ ரங்கள், பதினெட்டு அக்ஷரங்கள் என்றெல்லாம் அறிய முடி கிறது.

இந்த ஸ்வப்ன வாராஹியை விதிமுறைகளைத் தவறாமல் நெறிப்படி பூஜித்தால், நம்முடைய எல்லாக் கஷ்டங் களுக்கும் அவள் கனவில் தோன்றி வழிகாட்டுவாள். எப்போதும் முன்கூட்டிச் சொல்லி வழிப்படுத்துவாள்.

மூன்று கண்களைக் கொண்ட காட்டுப்பன்றி முகம் கொண்டு விளங்கும் இந்தத் தேவி குதிரை மேல் காட்சி தருவாள். தலையில் சந்திர கலையைச் சூடியிருப்பாள். அஷ்டமி மற்றும் சதுர்தசி தினங்களில் இவளைப் பூஜித்து வழிபடுவது விசேஷமானது.

தியான ஸ்லோகம்

ஓம் மேகச்யாமருசிம் மனோஹரகுசாம் நேத்ரத்ரயோர்
பாஸிதாம்

கோலாஸ்யாம் சசிசேகராமசலயா தம்ஷ்ட்ராதலே
ஸோபிதாம்

பிப்ராணாம் ஸ்வகராம்புஜை ரஸிலதாம் சர்மாஸி பாஸம்
ஸ்ருணீம்

வாராஹி மனு சிந்தயேத்ஹய வராரூடாம் சுபாலங்க்ருதிம்

கார்மேக நிறத்தினள்; முக்கண்ணி; வராஹ முகம் கொண் டவள்; தலையில் சந்திரன் ஒளி வீச, பல்லிடுக்கில் பூமியைத் தாங்குபவள். கத்தி, கேடயம், பாசம், அங்குசம் தரித்த நான்கு கரத்தினள்; அழகிய ஆபரணங்களைப் பூண்டவள்; குதிரை யில் வருபவள்; புன்னகை தவழும் திருமுகத்தினள் என்று ஸ்ரீ ஸ்வப்ன வாராஹியின் தோற்றத்தை வர்ணிக்கிறது இந்தத் தியான ஸ்லோகம்.

ஸ்ரீ தத்வநிதி கூறும் இந்தத் தியான ஸ்லோகத்துக்குரிய மந்திரம்

ஓம் ஹ்ரீம் நமோ வாராஹி கோரே ஸ்வப்னம் ட்ட: ட்ட: ஸ்வாஹா

இதல்லாமல், வேறொரு மந்திரமும் வழக்கத்தில் உள்ளது.

ஓம் ஹ்ரீம் நமோ வாராஹி அகோரே ஸ்வப்னம் தர்சய ட்ட: ட்ட: ஸ்வாஹா

இந்த மந்திரத்தை தினமும் இரவில் உறங்கச் செல்வதற்கு முன் 1100 முறை ஜபித்தால் 11 நாட்களுக்குள் ஸ்ரீ வாராஹி கனவில் தோன்றி, நமது விருப்பங்களையோ, சந்தேகங் களையோ நிறைவேறச் செய்வாள் என்கிறது மந்திர சாஸ்திரம்.

சரி; மந்திரோபதேசம் பெறாதவர்கள் என்ன செய்வது? என்னவென்று இந்த தேவியைத் துதிப்பது? அதற்குரிய பிரார்த்தனை ஸ்லோகம் இது:

நமஸ்தே ஸ்வப்ன வாராஹி ஸ்வப்னே கதய மே ரிபோ:
மஹாபயம் ச ஜயை பக்தே மயி க்ருபாம் குரு
ப்ரஸஹ்ய பீடயேத் க்ஷிப்ரம் யோ யதா ஸாத்யதே மயா
பாச பத்தம் நுத க்ஷிப்ரம் சித்த மாசர்ஷ யாங்குசாத்
துக்கம் வாரய கேடேன மதீய மதி துஸ்தரம்
ச்சிந்தி: ந: கட்கதோ ம்ருத்யும் கதயஸ்வ சுபாசுபம்
ஸ்வயமாகத்ய ந: ஸாத்ய: ப்ரணம்யாக்ஞாம் கரோத்வயம்

என்று சொல்லி, நீ ஸ்வப்ன வாராஹியை பிரார்த்திக்கலாம்.

இந்தத் தேவியை யந்திர ரூபமாகப் பூஜிக்கும் போது, உபாங்க தேவிகளைப் பூஜித்த பிறகே ஸ்வப்ன வாராஹி யைப் பூஜிக்க வேண்டும். அப்போதுதான் நற்பலன்கள் கைகூடும் என்பது சூட்சுமம்.

1. உச்சாடனி, 2. உச்சாடனேஸ்வரீ, 3. சோஷணி, 4. சோஷ நேஸ்வரீ, 5. மாரணி, 6. மாரணேஸ்வரீ, 7. பீஷணி, 8. பீஷ நேஸ்வரீ, 9. தாராசினி, 10. தாராசனேஸ்வரீ, 11. காம்பினி, 12. காம்பனேஸ்வரீ, 13. அர்ஜினா விவர்தினி, 14. அர்ஜினா விவர்தனேஸ்வரீ, 15. வஸ்து ஜடேஸ்வரீ, 16. ஸர்வ ஸம்பத் தனேஸ்வரீ

இவர்கள் 16 பேரும் ஸ்வப்ன வாராஹியின் உபாங்க தேவிகள்.

இந்தத் தேவியின் ஹோமத்தில் தாமரைப் பூக்களைப் பயன் படுத்துமபோது, இதழ்களை உதிர்க்காமல் முழுப் பூவாகவே பயன்படுத்த வேண்டும். அல்லது எள்ளைப் பயன்படுத்த லாம். குறிப்பாக, மந்திர ஸித்திக்காகச் செய்யப்படும் தர்ப் பணத்தை இளநீரால் செய்வது பலனை எளிதாக்கும் என்பது விசேஷமானது. அதுபோன்ற, சுவாசினி பூஜை செய்யும் போது மாதுளம்பழம், தேன், இளநீர், சக்கரை வள்ளிக் கிழங்கு, முழு உளுந்து வடை போன்றவற்றை உபயோகப் படுத்துவது சிறந்த நலமளிக்கும்.

ப்ருஹத் வாராஹி

ப்ருஹத் என்ற சொல்லுக்குப் பல பொருள்கள் உண்டு. பெரிய, உயர்ந்த, சக்தி மிக்க என்றெல்லாம் சொல்லலாம். பல்வேறு தலங்களில் பெரிய நாயகி, பிருஹந் நாயகி என்ற பெயரில் அம்பிகைக்குச் சந்நிதிகள் அமைந்திருப்பதைக் காணலாம். பிரஹதாம்பாள் என்ற பெயரில் புதுக்கோட்டை யில் கோகர்ணேஸ்வரர் கோயிலில் காட்சி தருகிறாள் அம்பிகை.

தஞ்சை பெரிய கோவிலில் சிவபெருமான் பிரஹதீஸ்வரர் (பெருவுடையார்) என்றே பெயர் கொண்டிருக்கிறார். அம்பிகை பெரியநாயகிதான்.

அதைப் போன்றே வாராஹியின் பெருமைக்குரிய உயர்ந்த கோலம் இது என்று சொல்லலாம்.

இந்தத் தேவியைப் பற்றிச் சொல்லும்போது, 'சிவப்பு நிற ஆடை தரித்தவள். கபாலங்களை மாலையாக அணிந்தவள். கலப்பை மற்றும் உலக்கை ஆகிய ஆயுதங்களை ஏந்தியவள். அபய வரத ஹஸ்தங்களோடுவிளங்குபவள். பிரேத ஆசனத் தில் வீற்றிருப்பவள். மூன்று கண்களைக் கொண்டவள். நியமத்துடன் ஜபம் செய்பவர்களுக்குத் துணை நின்று, அவரது எதிரிகளை நசியச் செய்பவள்' என்றெல்லாம் வர்ணிக்கிறது மந்திர மகோததி.

இந்த தேவிக்குரிய தியான ஸ்லோகம்

ரக்தாம்புஜே ப்ரேத வராஸனஸ் தாமர்கோருகா மார்படிகா ஸனஸ்தாம்

தம்ட்ரோல்லஸத் போத்ரி முகாரவிந்தாம் கோடீர ஸஞ்சின்ன ஹிமான்சுரேகாம்

ஹலம் கபாலம் ததீம் கராப்யாம் வாமே தராப்யாம் முஸலேஷ்டதௌ ச

ரக்தாம்பராம் ரக்தபடோத்தரீயாம் ப்ரவாள கர்ணாபரணாம் த்ரிநேத்ராம்

ச்யாமாம் ஸமஸ்தாபரண ஸ்ரகாட்யாம் வாராஹி ஸஞ்யாம் ப்ரணதோஸ்மி நித்யம்

ப்ருஹத் வாராஹியை உபாசிக்கும் மூல மந்திரம்

ஐம் க்லௌம் ஐம் ஓம் நமோ பகவதி வார்த்தாளி வார்த்தாளி வாராஹி வாராஹி வராஹமுகி வராஹமுகி ஐம் க்லௌம் ஐம் அந்தே அந்தினி நமஃ ருந்தே ருந்தினி நமஃ ஜம்பே ஜம்பினி நமஃ மோஹே மோஹினி நமஃ ஸ்தம்பே ஸ்தம்பினி நமஃ ஐம் க்லௌம் ஐம் ஸர்வதுஷ்ட ப்ரதுஷ்டானாம் ஸர்வேஷாம் ஸர்வவாக்சித்த சக்ஷுர்முககதி ஜிஹ்வா ஸ்தம்பனம் குருகுரு, சீக்ரம் வச்யம் புக புக, ஐம் க்லௌம் ஐம் ட்டஃ ட்டஃ ட்டஃ ஹூம் பட் ஸ்வாஹா.

வார்த்தாளி வாராஹி

வாராஹியின் போருள் கோலம் அது. பக்தனின் சூழுக்குப் பறந்தோடி வரும் கோலம் என்று இதனைச் சொல்லலாம்.

உள்ளில் ஒடுங்கி நின்று ஜபிக்கும் பக்தனின் உள்ளேயே ஒடுங்கி விடுபவள். அவனுள் எப்போதும் நிறைந்து நின்று நல்லனவற்றை வாரிக் கொடுப்பவள். துன்பங்கள் வரமல் துணை செய்பவள். துன்பம் தருபவர்களைத் தண்டித்து அழிப்பவள். அன்பும் கோபமுமாக ஆர்ப்பரித்து எழுபவள் என்று இந்தத் தேவியைப் பற்றிச் சொல்லலாம்.

இந்தத் தேவிக்குரிய தியான ஸ்லோகம்

தததானாம் அங்குசம் பாசம் முத்கரம் சக்திமேவ ச

வித்யுத்பாஸாம் த்ரிநேத்ராம் ச நாசயந்தீம் ததாரிபூன்

இந்தத் தியான ஸ்லோகத்தைச் சொல்லி, ஸ்ரீ வார்த்தாளி தேவி மந்திரத்தை ஜபம் செய்ய வேண்டும். இந்த மந்திரத் துக்கு ரிஷி கபிலர்; அனுஷ்டுப் சந்தஸ்; வார்த்தாலகாசுரீ வாராஹி தேவதை.

மூல மந்திரம்

ஐம் லௌம் ட்டம் ட்டம் ட்டம் ஹூம் ஸ்வாஹா

சிறிது வித்தியாசத்துடன் கூடிய வேறொரு மந்திரமும் வழக் கில் இருக்கிறது. அது,

ஐம் க்லௌம் ட்டம் ட்டம் ட்டம் ஹூம் ஸ்வாஹா

இந்த மந்திரத்தைக்கொண்டு கரந்யாஸம், அங்கந்யாஸம் இவைகளைச் செய்ய வேண்டும்.

இதுவரை நாம் பார்த்த மந்திரங்களைத் தவிர, பல்வேறு மந்திரங்கள், துதிகள் ஆகியவற்றை வாராஹி கல்பம் முதலிய நூல்களில் காண முடிகிறது. இவற்றைத் தகுந்த குருவின் துணையோடு அறிந்து பயன்படுத்துவது மிகுந்த பலனைக் கொடுக்கும்.

மந்திர உபதேசம் பெறவில்லை. உரிய குரு அமையவில்லை அல்லது தகுந்தவரா என்பதில் சந்தேகம். இப்படிப்பட்ட சூழலில் இருப்பவர்கள் என்ன செய்வது?

வாராஹி விஷயத்தில் சந்தேகம் என்பது பலனளிக்காது என்பது ஒரு புறம். சந்தேகம் வாராஹி தேவியிடமோ, அவள் மந்திரத்திலோ இல்லை. குரு தகுந்தவரா என்பதில்தான் சந்தேகம் என்று சொல்பவர்களை என்ன செய்வது?

அவர்கள் ஸ்ரீ வாராஹியின் துதிகளைச் சொல்லி வழிபட லாம். வாராஹி மாலை, நிக்ரஹாஷ்டகம், அனுக்ரஹாஷ் டகம் போன்ற துதிகளைச் சொல்லலாம். அஷ்டோத்திரத் தைச் சொல்லி அர்ச்சிக்கலாம்.

இன்னும் சிறப்பான அர்ச்சனை செய்ய வேண்டும் என்று விரும்பினால், ஓம் ஸ்ரீம் ஹ்ரீம் க்லீம் வாராஹி தேவ்யை நமஃ என்று சொல்லி அர்ச்சிக்கலாம். இது சிறப்பான பலனைத் தரும்.

இவளைப் பஞ்சமி என்றே சொல்லிப் போற்றும் ஸ்ரீ லலிதா ஸஹஸ்ரநாமம். இவளின் பல்வேறு திருக்கோலங்களில் தண்டினீ என்கிற தண்டநாதா, லகு வாராஹி என்கிற உன்மாத்த பைரவி கோலங்களும் தனிச் சிறப்பு வாய்ந்தவை.

ஸ்ரீ வாராஹியின் அங்க தேவதை லகு வாராஹி, உன்மத்த பைரவி என்று சொல்லப்படும் இந்த தேவியை ஆராதித்து பலன் பெற்றோர் பலர். 17 அட்சரங்களைக் கொண்டது இந்தத் தேவியின் மந்திரம்.

மகா வாராஹி தேவியின் கிரிசக்ர ரதத்தில் வதியும் உன்மத்த பைரவியை,

யாரிஊணேவே நிபதிதா உத்கரந்தீம் வஸந்தராம்

யஹ்ராதம்ஷ்ட்ராம் மஹாகாயாம நமாம் யுன்மத்த பைரவீம்

என்று குறிப்பிடுகிறது வாராஹி ஸ்தவம்.

இந்த தேவிக்குரிய மூல மந்திரம்

ஷாம் வாராஹி ஷ்ரம் வாராஹி உன்மத்த பைரவீம் பாதுகஸ்யாம் ஸ்வாஹா

வாராஹியின் வல்லமை அளவற்றது. அவளிடம் கொள்ளும் பக்தி நிகரற்றது. அதனால் விளையும் நன்மை இணையற்றது என்று சொல்லிக்கொண்டே போகலாம்.

நடக்கவே முடியாது என்று சொல்லுகின்ற விஷயங்களையும் நடத்திக் கொடுப்பவள் வாராஹி. அவளை 'பஞ்ச கிருதய பராயணா' என்னும் லலிதா ஸஹஸ்ரநாமம், படைத்தல், காத்தல், அழித்தல், மறைத்தல், அருளல் என்று ஐந் தொழில்களும் புரியும் அற்புதம் வாராஹி.

சமயா, சமய சங்கேதா, சமயேஸ்வரீ, சங்கேதா என்றெல்லாம் போற்றப்படுபவள் வாராஹி. ஆடி மாதத்தில் ஆராதிக்கப் படும் இவளை மாரியம்மன் என்றும் பெரியோர்கள் குறிப் பிடுவர். அதை உண்மை என்பது போல, சமயபுரம் ஸ்ரீ மகா மாரியம்மன் அருட் கோலம் எல்லையற்ற வல்லமை கொண்டதாக ஒளி சிந்திக் கொண்டிருக்கிறது.

வாராஹியின் மந்திரோபதேசம் பெறாதவர்கள், அர்ச்சிக்கத் தகுந்த மந்திரம் ஒன்றை முன்பு பார்த்தோம். பீஜ மந்திரங் களைச் சொல்லி அர்ச்சிக்கத் தயங்குவர்கள், இந்தத் தேவி யின் 12 திருநாமங்களைச் சொல்லி அர்ச்சிக்கலாம்.

ஓம் பஞ்சம்யை நமஃ

ஓம் தண்டநாதாயை நமஃ

ஓம் ஸங்கேதாயை நமஃ

ஓம் ஸமயேஸ்வர்யை நமஃ

ஓம் ஸமயஸங்கேதாயை நமஃ

ஓம் வாராஹ்யை நமஃ

ஓம் போத்ரிண்யை நமஃ

ஓம் சிவாயை நமஃ

ஓம் வார்த்தாள்யை நமஃ

ஓம் மஹாஸேனாயை நமஃ

ஓம் ஆக்ஞா சக்ரேஸ்வர்யை நமஃ

ஓம் அரிக்ன்யை நமஃ

இந்தப் பன்னிரு திருநாமங்களைச் சொல்லி அர்ச்சிக்கலாம். செவ்வரளியில் மாலை சூட்டலாம். தாமரை மலர்களால் அர்ச்சிப்பது விசேஷமானது. செந்தாமரை, வெண் தாமரை இரண்டுமே சிறப்புடையது.

மனமொன்றித் துதிப்பவர்களுக்கு துணை நின்று காப்பதில் நிகரற்றவள். மனத் தெளிவும், புகழும், வெற்றியும் தருபவள் என்றெல்லாம் லலிதோபாக்யானம் ஸ்ரீவாராஹியின் பெரு மையை விரிவாகச் சொல்கிறது.

7. வாராஹியும் சமய ஒற்றுமையும்

பொதுவாகவே, சக்தி வழிபாடு எல்லாச் சமயங்களிலும் ஊடுருவிய ஒன்றுதான். அது வைணவமாக இருந்தாலும் சரி, சைவமாக இருந்தாலும் சரி, அதற்குள் சக்தி வழிபாடு கலந் திருக்கும்.

விஷ்ணுவை ஆராதிக்கும் வைஷ்ணவத்தில் கூட, லக்ஷ்மி தேவி, பூதேவி, நீலாதேவி என்று சக்திகள் உண்டு. ஸ்ரீசூக்தம், பூசூக்தம், நீளாசூக்தம் என்றெல்லாம் சொல்லித் துதிப்பதுண்டு.

சைவம் என்று சொன்னால், காமாட்சி, மீனாட்சி என்று பல்வேறு தேவியின் மீதான துதிகளும் அவற்றின் உள்ளீடாகி இருக்கும்.

எனவே, சக்தி வழிபாடு எல்லாச் சமயங்களிலும் நிறைந்த தாவே இருக்கிறது. இந்து மதத்தில் மட்டுமல்ல; உலகின் பல சமயங்களிலுமே இது பொதுவானதுதான்.

குறிப்பாக வாராஹியை மட்டும் பார்த்தால், பல சமயங் களிலும் இந்தத் தேவிக்குரிய ஒற்றுமை கவனிக்கத் தகுந்தது.

வைஷ்ணவத்தில் விசேஷமான விஷ்ணு மூர்த்தங்களில் யக்ஞ வராஹ மூர்த்தியும் ஒன்று. அந்த யக்ஞவராஹ மூர்த்தி யின் சக்தியாகச் சொல்லப்படுகிறாள் ஸ்ரீ வாராஹி.

சும்பன், நிசும்பன் ஆகிய அசுர்களோடு நடைபெற்ற போரி லும், ரக்த பீஜனோடு நிகழ்ந்த போரிலும் வாராஹி தேவி போரிட்டாள் என்கிறது தேவி மகாத்மியம். அதைச் சொல் லும்போது, யக்ஞவராஹ வடிவத்தை மேற்கொண்டவள் வாராஹியாக வெளிப்பட்டு போரிட்டாள் என்கிறது தேவி மகாத்மியம்.

யக்ஞவராக மதுலம் ரூபம் யா பிப்ரதோ ஹரே:
சக்தி: ஸாப்யாயௌ தத்ர வாராஹீ பிப்ரதீம்தனும்

(தேவி மகாத்மியம்)

குமரனின் திருவருளைப் பெற்ற குமரகுருபரர், வைத்தீஸ் வரன் கோயிலில் அருள் பாலிக்கும் முத்துக் குமரன் மீது பிள்ளைத் தமிழ் பாடினார். பிள்ளைத் தமிழ் என்பது பரமனைக் குழந்தையாகப் பாவித்துப் பாடுவது. காப்பு, செங்கீரை, தாலாட்டு, சப்பாணி என்று விரியும் பத்துப் பருவங்களைக் கொண்டது.

அதில் காப்புப் பருவத்தைப் பாடும்பேது, சப்த மாதர்கள் குழந்தை முருகனைக் காப்பார்களாக என்று பாடுகிறார். அதில் வாராஹியைப் பற்றிக் குறிப்பிடும்போது, 'எயிறு கொடு உழுது எழுபாரைப் பெயர்த்தவள்' என்கிறார் குமர குருபரர்.

அதாவது பிரளயத்தில் மூழ்கிய பூமியைத் தன் மிகாம்பில் மீட்டு வெளிப்படுத்தியவள் என்று விவரிக்கிறார்.

வேதத்தை மறுத்துரைக்கும் பௌத்த சமயத்திலும், வேதத் தால் ஆராதிக்கப்படும் வாராஹி கொண்டாடப்படுவது வியப்பானது.

வஜ்ர வாராஹி என்ற பெயரில் பௌத்தர்களால் வழிபடப் படுகிறாள் ஸ்ரீவாராஹி. அந்தத் தேவிக்கு இரண்டு கரங்களு

டனும், நான்கு கரங்கள் கொண்டதாகவும் வடிவங்கள் உண்டு. நெற்றிக் கண் உடையவளாகவும், திகம்பரியாகவும், சவத்தின் மீது நடமிடுபவளாகவும் வழிபடப்படுகிறாள்.

ஏழு பன்றிகள் பூட்டிய ரதத்தில், வராக முகம் கொண்டு துலங்குகிறாள் வாராஹி.

இவளைத் தவிர, தச மஹா வித்யையில் ஆராதிக்கப்படும் தாராவும் பௌத்தர்களால் வழிபடப்படுபவள் என்பதும் கவனத்துக்குரியது.

இந்த வாராஹி வழிபாட்டைப் பற்றி தந்திர சாஸ்திரங்கள் விரிவாகப் பேசுகின்றன. எருமையை வாகனமாகக் கொண் டவள்; புலியை வாகனமாக உடையவள்; குதிரை வாகனம் ஏற்றவள்; சிம்ம வாகினி என்று பலவாறு விவரிக்கின்றன. ஒவ்வொரு வடிவிலும் வெளிப்படும் தன்மை, ஆற்றல், பலன் பற்றிய விபரங்களைக் கூர்ந்து அறிய வேண்டும்.

காபாலிகம் என்றெல்லாம் விரியும் தாந்திரீக வழிபாட்டிலும் வாராஹி ஆராதிக்கப்படுகிறாள். அட்டமாசித்திகள் எனப் படும் பலன்களை உத்தேசித்து இத்தகைய வழிபாடுகள் பெரும்பாலும் மேற்கொள்ளப்பட்டன. லௌகீக பலன் களைப் பெறும் பொருட்டு வாராஹியை இப்படியும் வழி பட்டனர் என்கிறது சாஸ்திரம்.

எப்படியிருந்த போதிலும், வாராஹி சமயங்கள் பலவற் றோடும் தொடர்பு கொண்டவளாக அமைகிறாள். சிவா லயங்களில் சப்த மாதர்களில் இடங் கொண்டவள், உபா சனை செய்பவர்களின் இதயங்களிலும் இடம் கொள்கிறாள் என்பது நிச்சயம்!

8. பூஜைக்குரிய காலம் மற்றும் விதிகள்

ஒவ்வொரு மூர்த்திக்கும் பூஜைக்குரிய காலம் என்பது வேறுபடும். நினைத்த நேரத்தில் பூஜிப்பதோ, அபிஷேகம் செய்வதோ உரிய பலன்களை அளிக்காது.

ஸ்ரீ நரசிம்மனுக்கு சுவாதி நட்சத்திர தினங்களும், பிரதோஷ காலங்களும் பூஜைக்கு மிகவும் ஏற்றவை. ஸ்ரீ லக்ஷ்மிக்கு சந்தியா காலம் மிகவும் சிறப்பானது. காலமறிந்து செய்யப் படும் செயல்களே நல்ல பலன்களைக் கொடுக்கும்.

நடைமுறை வாழ்வில் எப்படி அலுவலக நேரம் போன்ற வற்றை ஏற்கிறோமோ, அதேபோல பூஜைக்கும் உரிய காலங்கள் உண்டு. அதை அறிந்து முறைப்படி செய்தால் பலனுண்டு.

அந்த வகையில் ஸ்ரீ வாராஹிக்குரிய பூஜாகாலம் இரவதான். இரவு என்றவுடன், ஏழு மணி முதல் மறு நாள் காலை 5.30 வரை என்று கொள்ளக் கூடாது. அதற்கும் நேரம் உண்டு. வாராஹிக்குரிய பூஜா காலம் இரவு ஒன்பது மணி வரைதான். சற்று மாறுதலாக ஸ்வர்ண வாராஹியை நள்ளிரவு வரை யிலும், பஞ்சமியை பதினோரு மணி வரையிலும் பூஜிக்க லாம். இதில் முக்கியமான விஷயம், எந்த நேரத்தை முதலில்

ஆரம்பித்தோமோ அதே நேரத்தில்தான் தொடர வேண்டும். வசதிக்கேற்ப மாறுதல் செய்து கொள்ள கூடாது.

புலித் தோல், கம்பளி ஆசனம், அத்திப் பலகை போன்ற ஆச னங்கள் வாராஹி பூஜையில் பயன்படுத்தத் தக்க ஆசனங்கள். ருத்ராட்சம், பவள மாலை, முத்து மாலை போன்றவை அணி யத் தகுந்தவை.

தீபத்துக்கு நல்லெண்ணெய் மற்றம் பசு நெய் ஏற்றது; திரிகளில் தாமரைத் தண்டு திரி, வாழைத்தண்டு திரி, பஞ்சுத் ததிரி போன்றவை சிறப்பானவை. தேன், உளுந்து வடை, அப்பம், செவ்வாழைப் பழம், பானகம் இவை மிகச் சிறப் பான நிவேதனங்கள்.

தவிர, சர்க்கரைப் பொங்கல், பாயசம், ஆம வடை, எள்ளு ருண்டை, தயிர் சாதம், பால் சாதம், வெள்ளை மொச்சை சுண்டல், சர்க்கரை வள்ளிக் கிழங்கு, தேன், மஞ்சள் சாதம், பானகம், எள்ளுச் சாதம், மதுவர்க்கம் போன்றவையும் விசேஷமான நிவேதனங்கள்.

வாராஹிக்கான ஹோமம் செய்பவர்கள், இவற்றை ஹோமத் திலும் பயன்படுத்தலாம். அவை வெவ்வேறுவிதமான பலன் களைத் தர வல்லவை.

உதாரணமாக, எதிரிகளின் தொல்லை நீங்க, கறுப்பு மொச்சை சுண்டலை ஹோமத்தில் பயன்படுத்துவது பலன் தரும்.

சர்க்கரைப் பொங்கல் பயன்படுத்தினால் தடைகள் விலகும்.

ஆம வடையை ஹோமத்தில் பயன்படுத்த எதிரிகள் விலகிப் போவார்கள்.

தாமரையும் ஸ்படிகமும் வாக்கு வன்மையை அளிக்கும்.

மாதுளம்பூ, தேன், எள், இவற்றைச் சமர்ப்பித்தால் பகைவ னிடமும் அன்பு உண்டாகும்.

இப்படி பலவற்றைச் சொல்ல முடியும்.

தவிர, ஹோமத்தில் ஆல் மற்று அரசு சமிதித்துகளைப்பயன் படுத்துவது சிறப்பு. இருப்பினும், கருங்காலி, ஊமத்தை, எருக்கு, தேவதாரு, சந்தனம், குங்கிலியம் உள்ளிட்ட சமித்து களும் வாராஹிக்கு உரியனவாகச் சொல்லப்பட்டுள்ளன.

வாராஹியை உபாசனை செய்பவர்கள், தாமரைக் கிழங்கு, மாகாளிக் கிழங்கு, பனங்கிழக்கு, தண்ணீர் விட்டான் கிழங்கு போன்றவற்றை நிவேதிக்கலாம். தவிர, எல்லாக் கிழங்கு வகைகளுமே ஸ்ரீ வாராஹிக்கு ஏற்றவைதான்.

செவ்வரளி மாலைதான் வாராஹிக்கு விசேஷமானது. என்றாலும், கருந்துளசி, வில்வம், முல்லை, நீல சங்குப் பூ, மல்லிகை இவற்றாலும் மாலை அணிவிக்கலாம். மாசிப் பச்சை, விபூதிப் பச்சை, கருந்துளசி, மருக்கொழுந்து, கதிர்ப் பச்சை போன்ற தளிர்களையும் அம்பிகைக்குச் சூட்டலாம்.

செம்பருத்தி, செவ்வரளி, பிச்சி, நீலச் சங்கு புஷ்பம், காட்டு மல்லிகை, தெத்திப் பூ, பிச்சிப் பூ போன்றவைகள் அர்ச் சனைக்கு விசேஷமானவை. காரியத் தடைகள் விலகவும் நன்மைகள் கைகூடவும் செய்யப்படும் ஹோமங்களில் நாம் ஆகுதியைக் கொடுக்கும் வஸ்திரங்களின் நிறத்தைப் பொறுத்து பலனும் மாறுபடும்.

உதாரணமாக நீல வஸ்திரத்தை ஹோமத்தில் சமர்ப்பித்தால் காரிய தடைக்குக் காரணமானவர்கள் விலகிப் போவார்கள். வாக்கு வன்மைக்கு மஞ்சள் கரையுடன் கூடிய வெண்ணிற ஆடைகள் சிறப்பானவை.

இப்படி ஒவ்வொன்றும் விசேஷமானவை.

வாராஹி வழிபாடு வல்லமை தருவது. வழி காட்டக் கூடி யது. வழித் துணையாக மட்டுமல்ல; வாழ்க்கைத் துணை யாக, பிறப்பின் வேரைப் பின்னப்படுத்திப் பாதுகாக்கும் ஞானத் துணையாக அமைவது.

பக்தனின் பக்திக்கு எளிதில் வசப்படுபவள். அவன் மனத் தில் மகிழ்வோடு நிறைபவள். அழைக்கும் போதெல்லா அலுக்காமல் தோன்றுபவள். எதிர்ப்புகளை முறித்து, எண்ணங்களை கைகூடச் செய்பவள், வாராஹி.

அவள் புலி வாகனம் மேற்கொண்டால், எதிரிகள் தண்டிக்கப் படுவார்கள்; சிம்ம வாஹனம் ஏறினால், அதர்மத்தை வேரோடு சாய்ப்பாள்; குதிரை மீதேறி வந்தால் பக்தனின் வசீகரத்தைக் கூட்டி, வெற்றிகளை அருள்வாள். எருமை வாகனத்தில் ஏறினால் தீய எண்ணங்களை அடித்து நொறுக்குவாள்.

இவளது பெயரைச் சொன்னாலே பயம் விலகும்; நான்கு கரத்தினளாகவும் எட்டு கரத்தோடும் காட்சி தரும் இவளை நினைத்து ஜபித்து அளிக்கும் விபூதி பயத்தைப் போக்கும்; சிவப்புக் கயிற்றில் மந்திரத்தை ஜபித்து முடிச்சிட்டு அணிந் தால் பயம் உள்ளிட்ட அனைத்து நடுக்கமும் நகர்ந்து விடும்.

ஆஷாட நவராத்திரிக் காலத்தில் அழைக்கப்படும் ஸ்ரீவாராஹி, கொடியவர்களுக்கு மிகக் கொடியவள். அன்பர் களுக்கோ கருணை மிகுந்தவள். கரங்களை நான்கு, எட்டு, பதினாறாகப் பெருகிக் கொண்டாலும், அவளது கழல்கள் இரண்டாகவே இருக்கின்றன. அந்தத் திருவடிகளை நம் இரு கரங்களும் பற்றிக் கொள்ளட்டும்.

இனி தடையில்லை, துயரில்லை, பயமில்லை, கவலை யில்லை, தடுமாற்றமில்லை. ஆம், வாராஹி கவசமாக நம்மைச் சூழ்ந்துவிட்டாள். இதுதான் வாழ்வின் பெரும் பேறு!

9. ஸ்ரீ வாராஹி சந்நிதிகள்

எங்கும் எதிலும் வெற்றியைக் கொடுப்பவளும் போர்த் தெய்வமுமான வாராஹிக்கு பல்வேறு இடங்களில் சந் நிதிகள் உண்டு. பிரத்யேகமாக சில இடங்களில் தனி ஆல யங்களும் அமைந்துள்ளன. பொதுவாக சிவாலயங்களில் காணப்படும் சப்த மாதர் சந்நிதியில் வாராஹி தேவியும் இடங்கொண்டு அருள்கிறாள் என்றாலும், குறிப்பிட்ட சில தலங்களில் தனிச்சந்நிதியும் கொண்டு அருள்பாலிக்கிறாள். அவற்றை இப்போது காணலாம்.

தஞ்சாவூர்

தமிழகத்தில் மிகப் பிரசித்தமான தஞ்சை பெரிய கோவிலில் வாராஹிக்கு தனிச்சந்நிதி இருக்கிறது. மாமன்னன் கரிகாலன் காலத்துக்குப் பிற்பாடு கொஞ்சம் கொஞ்சமாக பலவீனமான சோழ மரபு மீண்டும் ஒன்பதாம் நூற்றாண்டின் இறுதியில் தலையெடுத்தது. சுமார் 250 ஆண்டு காலம் தன் புகழொளி யில் நிலத்தை நிறைத்தது. இலங்கை, பர்மா உள்பட வெளி நிலங்களும், ஒரிஸ்ஸா வரையிலான வடபகுதிகள் வரை யிலும் நீண்டு பரந்திருந்தது சோழப் பேரரசு, அந்த வெற்றி களின் ஈஸ்வராக விளங்கியவள் ஸ்ரீ வாராஹி.

தஞ்சை பெரிய கோவில் எழும் முன்பே, இதிதில் வாராஹி சந்நிதி இருந்தது என்றும் கூறப்படுவதுண்டு. இந்த வாராஹி யைப் போற்றி 'வாராகி மாலை' என்ற துதி நூலை எழுதிய சுந்தரேசர் முதலாம் குலோத்துங்கனின் படையில் தளபதி களில் ஒருவராக விளங்கியவர் என்கிறது வரலாறு.

அந்த வெற்றியின் பொருட்டு மலர்ந்த மன்னன், சுந்த ரேசருக்கு வழங்கிய நிலப்பகுதி வீரசோழன் என்ற பெயரி லான கிராமம். அது மானாமதுரைக்கு அருகில் உள்ளது என்று செய்திகள் மூலம் அறிய முடிகிறது.

ஸ்ரீ ராஜராஜேஸ்வரியின் படைத்தலைவியான வாராஹியைப் போற்றி வராகி மாலை பாடியவரும் ஒரு படைத்தலைவர் தான் என்பது அற்புதமான பொருத்தம்!

தஞ்சைப் பெருவுடையார் ஆலயத்தில் பீதக ஆடை அணிந்த பஞ்சமியாக விளங்குகிறாள் ஸ்ரீ வாராஹி.

பள்ளூர்

காஞ்சிபுரத்தில் இருந்து சுமார் 15 கி.மீ. தொலைவில் உள்ளது பள்ளூர். இங்கும் அன்னை வாராஹியின் அருளாட்சி நடக் கிறது. இங்கே அரசாலை அம்மன் என்ற பெயரில் வழிபடப் பட்டு வருகிறாள் ஸ்ரீ வாராஹி.

காஞ்சிபுரம்

புகழ்பெற்ற காஞ்சி காமாட்சியம்மன் கோயிலின் மூலஸ் தான கோஷ்டத்தில் வடக்குப்புறம் காட்சி தருகிறாள் ஸ்ரீவாராஹி. தவிர, பிராகார மண்டபத்தில் துரணிலும் தரிசனம் அருள்கிறாள். கோஷ்டத்தில் உள்ள வாராஹி மூர்த்தம், முன்னாளில் ஸ்ரீ காமாட்சி தேவியின் மூலஸ்தானத் திலேயே இருந்ததாகவும், பிறகு கோஷ்டத்துக்கு இடம் பெயர்ந்ததாகவும் செய்திகள் மூலம் அறிய முடிகிறது.

கோஷ்டத்தில் நான்கு கரங்களிலும் சங்கு சக்கரம் கலப்பை உலக்கை இவைகளைத் தரித்தவளாக காட்சி தரும்

அம்பிகை, பிராகாரத் தூணில் எட்டு கரங்களோடு காட்சி தருகிறாள்.

சங்கு சக்கரம் கத்தி கலப்பை உலக்கை கேடயம் என்று ஆறு ஆயுதங்களை ஏந்தியவளாக, அபய வரத ஹஸ்தங்கள் துலங்க அமர்ந்த திருக்கோலத்தில் காட்சி தருகிறாள்.

திருவானைக்காவல்

திருச்சி மாவட்டத்தில் உள்ள திருவானைக்காவல் பலவகை யில் சிறப்புடையது. மாடக்கோயில் அமைப்பில் உருவான முதற்கோவில்; பஞ்சபூதத் தலங்களில் அப்புத் தலம்; தேவாரம் பெற்ற தலம்; கவி காளமேகம் வாக்பலம் பெற்ற தலம்... என்று பலவற்றைச் சொல்லலாம். இங்கே அருள் மழை பொழியும் அன்னை அகிலாண்டேஸ்வரி வாராஹி யின் அம்சம் என்றே குறிக்கப்படுகிறாள். ஸ்ரீ ஆதிசங்கரர் இந்த அன்னைக்கு தாடங்கம் அணிவித்து, தேவியின் உக்கி ரத்தைத் தணித்தார்; எதிரே பிள்ளையார் சந்நிதியை அமைத்து தேவியை சாந்தப்படுத்தினார் என்பது சரித்திரச் செய்தி.

வார்த்தையை ஆளும் தேவியான வார்த்தாளியின் வடிவம் தான் அகிலாண்டேஸ்வரி என்பதை காளமேகத்துக்கு அருளிய நிகழ்வு உறுதிப்படுத்தத்தான் செய்கிறது.

உத்தரகோசமங்கை

திருவாசகம் பாடிய மணிவாசகப் பெருமான் பெரிதும் ஈடு பாடு கொண்ட தலம்; இராமநாதபுரம் அருகில் உள்ளது. மார்கழி மாதம் திருவாதிரை அன்று மட்டுமே சந்தனக் காப்பு இல்லாமல் திருமேனி துலங்கக் காட்சி தரும் மரகத நட ராஜர் இங்கே விசேஷ மூர்த்தி. அம்பிகைக்கு ஈசன் ஆகம விளக்கம் அளித்ததால் உத்தரகோசமங்கை ஆயிற்று. இங்கே மங்க ளேஸ்வரர் கோயிலுக்கு அருகில் அமைந்துள்ளது வாராஹி ஆலயம். பிரேத ஆசனத்தில் நின்ற திருக்கோலத்தில் காட்சி தருகிறாள் ஸ்ரீ வாராஹி.

அரியலூர்

பெரம்பலூர் மாவட்டத்தில் உள்ளது அரியலூர். இங்கு அருந்தவ நாயகி உடனுறை ஆலந்துறையார் திருக்கோயில் புகழ் பெற்றது. இதனருகில் சப்த மாதர்கள் என்று வழக்கில் சொல்லப்படும் ஆலயம் உள்ளது. இதில் போர்க் காளி என்ற பெயரில் ஸ்ரீ வாராஹி வழிபாடு நடைபெற்றிருக்கிறது.

இந்த வாராஹிக்கு பவுர்ணமி நாட்களில் செவ்வரளி மாலை கட்டி பிரார்த்தி நற்பலன்களைப் பெறுகிறார்கள் பக்தர்கள்.

இலுப்பைக்குடி

காரைக்குடியில் இருந்து சுமார் ஐந்து கி.மீ. தொலைவில் உள்ளது இலுப்பைக்குடி. இங்குள்ளது வடிவுடையம்மன் சமேத தான்தோன்றி ஈஸ்வரர் திருக்கோயில். நகரத்தார்களின் குலமரபுத் திருக்கோயில்களில் இந்த இலுப்பைக் குடியும் ஒன்று. இங்கே மூலவர் சந்நிதிக்கருகே அபூர்வமான வாராஹி கோலத்தை காணலாம். அதாவது தேவி, சிம்ம வாகனத்தில் காட்சி தருகிறாள்.

ஜெயதுர்காபீடம்

சென்னை தாம்பரத்தை அடுத்த படப்பையில் அமைந் துள்ளது ஜெயதுர்காபீடம். இங்கு உபாசனா குலபதி ஸ்ரீலஸ்ரீ துர்க்கைச் சித்தரால் ஸ்தாபிக்கப்பட்ட வாராஹி சன்னிதி யைக் காணலாம்.

சிங்கத்தின் மீது அமர்ந்தவளாக, கலப்பை தண்டன் ஆகிய வற்றைத் தரித்தவனாக, அபய வரத ஹஸ்தங்கள் துவங்கக் காட்சி தருகிறாள் ஸ்ரீவாராஹி!

சோழங்க நல்லூர்

சென்னையில் இருந்து மகாபலிபுரம் செல்லும் வழியில் அமைந்துள்ளது சோழங்க நல்லூர். இங்கு வாராஹி பீடம் அமைந்துள்ளது.

மந்திர வாராஹி என்ற திருநாமத்துடன் இங்கே காட்சி தருகிறாள் அம்பிகை. (அட்டையை அலங்கரிப்பவள் இந்த தேவிதான்.) ஸ்ரீ பிரத்யங்கிரா ஸ்வாமிகளின் பெரு முயற்சி யால் ஆகாசலிங்க சரபேஸ்வரர், அபூர்வமான முண்டினி, ஸ்ரீபிரத்யங்கிரா, ஸ்ரீ நீலசரஸ்வதி என்று பல்வேறு சந்நிதிகள் இங்கே அமைந்துள்ளன.

தமிழகத்தில் உள்ள இந்தத் தலங்களைத் தவிர, வேறு மாநிலங்களிலும் வாராஹி சந்நிதிகளைக் காண முடிகிறது.

ஆந்திர மாநிலம் பிரடொத்தூர் ராமலிங்கேஸ்வரர் ஆலயத் தில் கருட வாகனம் கொண்டவளாக சப்த மாதர்களில் வாராஹியை தரிசிக்கலாம். புகழ் பெற்ற பூரி ஜகந்நாதர் கோயிலுக்கு அருகில் பழைமையான வாராஹி ஆலயம் உள்ளது.

ஒரிஸ்ஸா மாநிலம் புவனேஸ்வருக்கு அருகில் வாராஹி மற்றும் குருகுல்லா தேவிக்கான ஆலயம் அமைந்திருக்கிறது.

முக்தித்தலமான காசியில் வாராகிக்கென்று தனிக்கோயில் உண்டு. பூமிக்குக் கீழே பள்ளத்தில் அமைந்திருக்கிறது இந்தத் திருக்கோயில்!

இப்படி வாராஹி தேவிக்கான தனித்த ஆலயங்களும் காணப்படுகின்றன. இவற்றை தேடிச்சென்று வழிபட முடியாதவர்கள், சப்த மாதர்களில் இடங்கொண்டு விளங் கும் தேவியை தரிசித்து வழிபடலாம். அதுவும் இயலாத வர்கள், வாராஹி வாராஹி... என்று அவள் திருநாமத்தை மூச்சுக் காற்றோடு இழைய விடலாம்.

வாராஹி எளிய தெய்வம்; வலிய தெய்வம்!

ஏங்கி உருகும் குரலுக்கு எழுந்தோடி வரும் தெய்வம்; பரவசப்பட்டு நெகிழும் மனதில் நிலை கொள்ளும் தெய்வம். பூர்வ புண்ணிய வசத்தாலேயே வாராஹியை வழிபட வேண்டும் என்ற எண்ணம் மலர்கிறது, அவள்

மீதான பக்தி ஏற்படுகிறது! அது நம்பிக்கையாக வலுப் பெறுகிறது.

அந்த நம்பிக்கைக்கு உயிரூட்டுபவளாக, நம்பிக் கூப்பிய கரங் களுக்குள் நல்லருளை வர்ஷிப்பவளாக, நானிலமெங்கும் விளங்கிக் கொண்டிருக்கிறாள் ஸ்ரீ வாராஹி. அவளது திருவடிகளை நம் மனம் புகலிடமாக்கிக் கொள்ளட்டும். போகும் பாதையும் சுகமாகும்; பயணமும் நலமாகும்.

10. சில எளிய பரிகாரங்கள்

★ செல்வம் பெருக...

மாற்றி மாற்றி கவலை, வறுமை, கஷ்டம் என்று துன்பப் படுகிறவர்கள் இந்த முறையை கையாண்டு பயன் பெற லாம்.

நுனி வாழை இலையைப் போட்டு, அதில் பச்சரிசியைப் பரப்ப வேண்டும். மூன்று தேங்காயை எடுத்து உடைத்தால், ஆறு மூடிகள் வரும். அந்த ஆறிலும், பசுநெய் நிரப்பி தாமரைத் தண்டு தரி போட்டு ஸ்ரீ வாராஹியின் திருமுன் தீபம் ஏற்றி வழிபடலாம். இந்த வழிபாடு வீட்டில் வளத் தைப் பெருக்கும்; ஆரோக்கியத்தை அருளும்.

★ ஏவல் போன்ற தொல்லைகள் அகல...

சுறுசுறுப்பான மனங்கள் மற்றவரைப் பார்த்து பொசுங்கும்; தேவை யின்றி துன்பங்களையும் ஏற்படுத்தும். காரணமில்லாமல் ஏற்படும் இத்தகைய ஏவல் போன்றவற்றால் அவதிப்படு வோர் பலர்.

இவர்கள் விஷயம் தெரியாமல் மாந்திரீகர் என்று சென்று பொருள் விரயம், கால விரயம் செய்வதை விடுத்து வாராஹியை சரணடையலாம்.

அருகிலிருக்கும் வாராஹி சந்நிதிக்குச் சென்று பால், தேன், இளநீர், பஞ்சாமிர்தம்... உள்ளிட்ட பன்னிரண்டு திரவியங் களால் அபிஷேகம் செய்ய வேண்டும்.

எளிதில் கிடைக்கக் கூடிய பிரண்டை கலந்த உணவுப் பதார்த்தங்களை தானமாக அளிக்க வேண்டும்.

இதனால், தீமை குறையும்; விலகும். நன்மை நிச்சயம் ஏற்படும்.

★ திக்குவாய் குறைபாடு நீங்க...

வாக்குக்கு வலிமை கொடுப்பவள் வாராஹி. எனவே, குழந்தைகள் சரளமாகப் பேசவில்லையே என்று கவலைப்படும் பெற்றோர் வாராஹிக்கு தேன் அபிஷேகம் செய்வது விசேஷமானது.

அப்படி அபிஷேகம் செய்த தேனை, அர்ச்சகரிடம் சொல்லி வாங்கி வந்து, வைத்துக் கொள்ளுங்கள். அந்தத் தேனைத் தொட்டு, குழந்தையின் நாக்கில் தடவி வாருங்கள். திக்கு வாய் குணமாகும். பேச்சும் சரளமாகும்.

★ கடன்கள் வசூலாக...

நடைமுறை வாழ்வில் கழுத்தைப்பிடிப்பது கடன் தொல்லை. நமக்கு வரவேண்டிய பணம் எளிதில் வராது; நாம் கொடுக்க வேண்டியதோ கழுத்தைப் பிடிக்கும். அநேக மாக அனைவருமே இப்படிப்பட்ட சூழ்நிலைகளை சந்தித் திருக்கலாம். இந்தத் துயரத்தில் இருந்தும் வாராஹி விடுவிப் பாள்.

சந்தனத் தைலத்தை வாங்கி, ஸ்ரீ வாராஹிக்கு சாத்தி வந்தால், வராக் கடன்கள் வசூலாகும்; தடைப்பட்ட வருமானமும் கைக்கு வந்து சேரும்.

★ எதிர்ப்புகள் விலக...

எந்தச் செயலை மேற்கொண்டாலும், எங்கிருந்தோ வந்து ஒருவர் எதிர்ப்பார். அவருக்கும் நமக்கும் எந்த அறிமுகமும்

இருக்காது. ஆனால் நாம் மேற்கொண்ட காரியம்தான் நிறைவு பெறாது.

காரணமில்லாத இப்படிப்பட்ட எதிர்ப்புகள் விலக அஷ்டமி திதிகளில் ஸ்ரீ வாராஹியை இரவில் வழிபட வேண்டும். செவ்வரளி பூவால் மாலை சாத்தி, அரளிப் பூக்களால் அர்ச்சனை செய்து வழிபட்டால், இத்தகைய எதிர்ப்புகள் காணாமல் போகும்.

★ பகையை வெல்ல...

நடைமுறை வாழ்வில் கருத்து வேறுபாடுகள் என்பது சகஜம். ஆனால், அதை வெறுப்பாகவும், எரிச்சலாகவும் கொண்டு பகைக்கும் மனோபாவம் தவறானது. அப்படிப்பட்ட மனோ பாவத்தால், அடுத்தவர்களுக்கு துன்பம் விளைவிக்க முயல் வது மிகவும் கொடுமையானது.

அத்தகையவர்களால் துன்பப்படுபவர்கள் செய்யக்கூடிய எளிய பரிகாரம் இது. செய்தால், பகைவர்கள் மறைந்து போவார்கள்.

வெள்ளைப்பூசணியை பச்சரிசி சாதத்துடன் கலந்து நிவேதனம் செய்யுங்கள். பகைவர்கள் பதறி ஓடுவார்கள்.

★ குடும்பத்தில் அமைதி நிலவ...

எந்தப் பிரச்னை எதிர்ப்பட்டாலும், எந்தத் தீர்வு தேவை யென்றாலும் அதற்கு வழி வாராஹி வழிபாட்டில் வரு மானம் இருக்கிறது. வெளியே மரியாதை இருக்கிறது; சொன் னால், அதை ஏற்கக் கூடிய பலர் இருக்கிறாாகள். ஆனால், குடும்பத்தில்தான் அமைதியில்லாமல் ஏதாவது ஒரு வியாதி படுத்துகிறது; தடைகள், மனவருத்தங்கள், கோபம் என்று குறை கூத்தாடுகிறது என்ற கவலை பலரிடமும் கேட்கக் கூடும்.

பஞ்சமி என்று கொண்டாடப்படும் ஸ்ரீ வாராஹிக்கு, பஞ்சமி திதியன்று மஞ்சள் பொடியால் அபிஷேகம் செய்யுங்கள்.

முழு கருப்பு உளுந்தில் வடை செய்து நிவேதியுங்கள். ஒன்பது நெய் தீபம் ஏற்றி வழிபாடு செய்யுங்கள். குடும்பத் தில் குதூகலம் ஏற்படுவதை அனுபவத்தில் உணர முடியும்.

★ பயம் விலக...

காரணமில்லாமல் எதற்கெடுத்தாலும் பயம் பயம் என்று சிலர் புலம்புவார்கள். அப்படிப்பட்ட பயத்தைப் போக்கும் வழி இது.

வாராஹியின் தியான ஸ்லோகத்தைச் சொன்னவாறு விபூதி யால் திரிகோணம் அமைத்து, அதில் 'வம் வாராஹியை நமஃ' என்று 108 முறை ஜபித்து, அந்த விபூதியை அணிந்தால் பயம் விலகும் என்பது அனுபவம்!

11. வழிபாட்டின் ரகசியம்

இவை ரிகச்சில.

வாராஹி வழிபாட்டில் கவனமாக இருக்கவேண்டிய விஷ யங்கள் குறித்து நினைவுபடுத்திக்கொள்ள வேண்டிய தருணம் இது.

வாராஹி பக்திக்கு வசப்படுவாள்; தூய அன்புக்கு கட்டுப் படுவாள்; பக்தனை எப்போதும் சூழ்ந்து நின்று காப்பாள்.

அதே சமயம்...

வாராஹியை வழிபடுபவர்கள் தவறாமல் பின்பற்ற வேண் டிய கடமைகள் சிலவுண்டு.

★எந்தக் காரணத்தைக் கொண்டும் மற்றவர்களை தூற்றக் கூடாது. அது உங்கள் வலிமையைக் குறைக்கும்; தவிர, தவறானதாக இருந்தால், உங்களுக்கே தோஷத்தையும் தரும்.

★'எனக்கு நன்மை செய்' என்று கூட வேண்டிக்கொள்ள லாம். ஆனால், அவனுக்குக் துன்பம் செய் என்று, எந்த நிலையிலும் யாருக்கும் சொல்லக் கூடாது.

★'வாராஹியின் அருள் நமக்கு இருக்கிறது' என்ற கர்வமும், அதனால் ஏற்படும் பெருமிதப் பேச்சும் அறவே கூடாது.

இது, வீண் அவமானங்களையும், தாழ்வையும் ஏற்படுத்தி விடும்.

★ வாராஹி முன்கூட்டியே நிகழ்வுகளைச் சொல்லி எச்சரிப் பாள். அதனாலேயே, மனமடங்கி, அன்னையின் சொற் களை உள்வாங்கும் நிலையில் எப்போதும் இருக்க வேண்டும்.

★ வாராஹியை வழிபடுவது நம் ஆத்ம லாபத்துக்காக; குடும்ப உண்மைக்காக! அதை விடுத்து, மற்றவர்களை அச் சுறுத்தவோ, தனக்கு ஏவலாக்கவோ அதை வெளிப்படுத்தக் கூடாது.

★ மற்றவர்களின் நலத்தை முன்னிட்டு உங்களின் பிரார்த் தனை அமைந்தால், உங்களின் வல்லமை மேலும் அதிகரிக் கும்.

★ அருள் கிட்டிவிட்டது என்பதால் அலட்சியம் வந்தால், அன்னையின் பாதுகாப்பு அகன்று விடும். அருள் கிடைக் குமா என்று சந்தேகப்பட்டால், அது என்றுமே கிடைக்காது.

★ காலந்தவறாமை வாராஹியின் தன்மை. எனவே, வழி பாடு செய்பவர்களும், பின்பற்ற வேண்டிய நெறி இது.

★ கபடமோ, வஞ்சமோ இல்லாத தூய மனமாக ஆக்கிக் கொள்வது சிறப்பு. ஏனென்றால், வாராஹி உடனே அங்கு குடிகொள்வாள்.

★ நெறி தவறாது நிற்பவர்களிடம், வாராஹிக்கு பிரியம் அதிகம். அவர்களை எந்தச் சூழலிலும் காத்து வெற்றி பெறச் செய்வாள்.

★ லௌகீக பலன்கள் மட்டுமல்ல; ஞானத்தையும் மோட் சத்தையும்கூட அருள வல்லவள் வாராஹி. அவளை மட் டுமே வேண்டும் என்று பிரார்த்தித்தால், தன்னை பக்தனுக் குள் நிரப்பி, அவனை மகா ஞானியாக பரிமளிக்கச் செய் வாள்.

★ அவள், எண்ணங்களைக் கவனிப்பவள். எனவே, எண்ணங்கள் அனைத்தும் அவனிடமே ஒன்றியிருக்கட்டும்.

- வாராஹியைப் பற்றி இவ்வளவு விளக்கங்கள் ஏன்?

தவறுகளை தண்டிப்பதில் பாரபட்சம் இல்லாதவள்.

மின் கம்பியைத் தொட்டு விட்டு, ஷாக் அடித்ததாக பிரலாபிப்பதில் அர்த்தமில்லை. எனவே, வாராஹியை அறிந்து நெருங்குங்கள்; புரிந்து வழிபடுங்கள்; பணிந்து மகிழுங்கள். உங்கள் வாழ்க்கை பத்திரமாயிருக்கும்.

12. ஸ்ரீ வாராஹி மாலை

இருகுழை கோமளம் தாள் புஷ்பராகம் இரண்டுகண்ணும்
குருமணி நீலம் கை கோமேதகம் நகர் கூர்வயிரம்
திருநகை முத்துக் கனிவாய் பவளம் சிறந்த வல்லி
மரகத நாமம் திருமேனியும் பச்சை மாணிக்கமே

நவரத்தினங்கள் அனைத்தையும் அன்னையோடு ஒருங்கு
படுத்தி அகம் மகிழ்கிறார்; செவிகளில் குழை; திருவடிகள்
புஷ்பராகம்; இணை விழிகள் நீலம்; கரங்கள் கோமேதகம்;
நகங்கள் வைரம்; முறுவல் முத்து; பவளம் போன்ற அதரம்;
திருமேனி போன்றே சொல்லக் குளிர்ச்சி தரும் மரகத நாமம்
கொண்ட மாணிக்கம்; அன்னை வாராஹி.

தோராத வட்டம் முக்கோணம் ஷட்கோணம் துலங்கு
வட்டத்து
ஈராறிதழ் இட்டு, ரீங்காரம் உள்ளிட்டது நடுவே
ஆராதனை செய்து அர்ச்சித்து பூஜித்து அடிபணிந்தால்
வாராது இராள் அல்லவோ வாலை ஞான வாராஹியுமே

வாராஹி தேவியின் யந்திர அமைப்பைப் பாடுகிறார் புலவர்;
முக்கோணம், அறுகோணம், வட்டம், சுற்றிலும் தாமரைத்
தளம், மத்தியில் பீஜத்தை எழுதி, அதை முறைப்படி

அர்ச்சித்து வழிபட்டால் வாராஹி 'வாலை'யாக எழுந்தருள்வார். அதாவது அட்டமா சித்திகளையும் அருள்வாள் என்பது பொருள்.

மெய்சிறந்தார் பணியார் மனம் காயம் மிக வெகுண்டு
கை சிரத்து ஏந்திப் புலால் நிணம் நாறக் கடித்துஉதறி
வச்சிரத் தந்த முகப்பணியால் குத்தி வாய் கடித்து
பச்சி ரத்தம் குடிப்பாளே வாராகி பகைஞுரையே

தீமையைப் பொறுக்காத சினங்கொண்டவள் ஸ்ரீ வாராஹி. அதுவும் தூயவர்களை - அவளிடம் ஆழ்ந்த பக்தி கொண்ட வர்களை, தீயவர்கள் துன்புறுத்தினால், அன்னை ஆவேசம் கொள்கிறாள். அந்தத் தீயவர்களை கடுமையாகத் தண்டிக் கிறாள். அவர்களை மட்டுமல்ல; உண்மையான பக்தியின்றி பணிபவர்களும் இந்தத் தண்டனையை ஏற்க வேண்டியது தான். அவர்களின் உடலைத் தன் கூரிய நகங்களால் கிழித்து, கூரிய கொம்புகளால் குத்தி, குருதி குடிப்பாள். எனவே, வாராஹி வழிபாடு என்று மிகுந்த கட்டுப்பாட்டுக்கு உரியது; விளையாட்டல்ல என்று எச்சரிக்கை உணர்த்தப்படுகிறது.

படிக்கும் பெரும்புகழ் பஞ்சமி அன்பர் பகைஞர்தமை
அடிக்கும் இரும்புத் தடிகொண்டு, பேய்கள் அவர் குருதி
குடிக்கும், குடர்கொண்டு தோள்மாலையிட்டு குலாவிமன்றில்
நடிக்கும் வாராஹி பதினாலு உலகம் நடுங்கிடவே

தவறிழைக்காத வாராஹி பக்துர்கள் இம்சைக்கு ஆட்பட்டால், அதற்குக் காரணமானவர்கள் படும் தண்டனை கடுமையானது. தேவியின் தண்டம் (தடி) அவர்களை அடித்து வீழ்த்தும். பக்தர்களை காத்து நிற்கும் பேரரணாக தேவி வெளிப்படுவாள் என்று உணர வேண்டும்.

நடுங்காவகை அன்பர் நெஞ்சினில் புக்கவர் நண்ணலரைக்
கொடும்காளி உண்ணக் கொடுக்கும், குருதிகள் கொாப்பளித்

திடும் பாரக் கொங்கையின் மீதே இரத்தத் திலகமிடும்
தொடும் கார் மனோன்மணி, வாராஹி நீலி தொழிலிதுவே

ஸ்ரீ வாராஹியின் தாந்த்ரிக பூஜையில் இடம் பெறுபவர்கள்
ஸ்ரீ மனோன்மணியும், காளியும். இந்த இருவரையும்
அனுப்பி, தன் பக்தர்களின் மனத்தில் ஏற்படும் பயத்தை
விலக்கி, பகைவர்களை வீழ்த்தி ரத்தத் திலகம் இடுமாறு
செய்கிறாள் வாராஹி. நீலி என்பது பகை முடிப்பவள் என்ப
தால் தரும் அழுத்தம்.

வேய்க்குலம் அன்ன திண்தோளாள் வாராஹிதன்
மெய்யன்பரை
நோய்க்குலம் என்ன இடும்பு செய்வார் தலை நொய்தழித்து
பேய்க்குலம் உண்ணப் பலிகொண்டு போட்டுப்
பிணக்குடரை
நாய்க்குலம் கௌவக் கொடுப்பாள் வாராஹி என்
நாரணியே!

மூங்கிலைப் போன்ற உறுதியான தோள் கொண்டவள்
வாராஹி. இவளுடைய பக்தர்களுக்குத் துன்பம் செய்கின்ற
கொடியவர்கள், அன்னையால் கடுமையாகத் தண்டிக்கப்படு
வார்கள். எப்படி? அத்தகைய கொடியவரின் தலையைத்
துண்டித்து, உடலை பேய்க்கும் நாய்க்கும் விருந்தாக்குவாள்
வாராஹி. தன் பக்தரைக் காப்பதில் அவ்வளவு ஆவேசம்
கொள்கிறாள் அன்னை.

நாசப்படுவர் நடுங்கப்படுவர் நமன்கயிற்றால்
வீசப்படுவர் வினையும்படுவர் இம்மேதினியோர்
ஈசப்படுவர் இழுக்குப் படுவர் மன் ஈழுநெஞ்சே
வாசப் புதுமலர்த் தேனாள் வாராஹியை வாழ்த்திலரே

இழப்பு, பயம், துன்பம், கவலை, அவமானம் என்று அடுத்
தடுத்து பலரும் துன்பப்பட்டு நடுங்குகிறார்கள். என்ன கார
ணம்? புது மலரில் பெருகிய தேனைப் போல் இனிமையான

வாராஹி தேவியை மனத்தில் இருத்தி, வாழ்த்தி வழிபாடு செய்யாததால் இப்படிப்பட்ட துன்பங்கள் ஏற்படுகின்றன,.

வாலை புவனை திரிபுரை மூன்றும் இவ்வையகத்தில்
காலையும் மாலையும் உச்சியும் ஆக எக்காலத்துமே
ஆலயம் எய்தி வாராஹி தன் பாதத்தை அன்பில் உன்னி
மாலயன் தேவர் முதலான பேர்களும் வாழ்த்துவரே

அணிமா, மகிமா, லகிமா உள்ளிட்ட எட்டு சித்திகளையும் அளிப்பவள் வாலை எனப்படும் பாலா; சகல சௌபாக்யங் களைம் தருபவள் ஸ்ரீ புவனேஸ்வரி; பகைவர்களை அழித்து வெற்றி அருள்பவள் திரிபுர பைரவி. இந்த மூவராகவும் காலை, மாலை, உச்சிப் போதுகளில் திகழ்கிறாள் ஸ்ரீவா ராஹி. அதனால் அன்னையின் திருத்தாள்களை திருமால், பிரமன் உள்ளிட்ட தேவர்களும் பாடித் துதிக்கிறார்கள்.

வருத்திப் பகைத்தீர் என்னோடு அறியாமல் முன்
வானவர்க்காச்
சிரித்துப் புரம் எரித்தோன் வாமபாகத்துத் தேவி எங்கள்
கருத்தில் பயிலும் வாராஹி என் பஞ்சமி கண் சிவந்தால்
பருத்திப் பொதிக்கிட்ட தீப்பொறி காணும் பகைத்தவர்க்கே

ஒரு துதியைப் பாராயணம் செய்யும் பக்தனின் மனம் எப்படி இருக்க வேண்டும்? தான் துதிக்கும் தெய்வத்தோடு ஒன்றி யிருக்க வேண்டும். அந்தத் தெய்வத்திடம் பேரன்பும், உரிமையும் கொண்டு திகழ வேண்டும். அதைத்தான் 'என் பஞ்சமி', 'எங்கள் கருத்தில் பயிலும் வாராஹி' ஆகிய வார்த்தைகள் உணர்த்துகின்றன.

வாராஹியின் பக்தனைப் பகைத்துக் கொள்வது விபரீதம். பஞ்சுப் பொதி எப்படி நெருப்புப் பொறியால் சாம்ப லாகுமோ, அப்படிப்பட்ட நிலை ஏற்பட்டு விடும். ஏன்? சிரிப்பினாலேயே திரிபுரங்களை சிவபிரானின் வாம பாகத் தைக் கொண்டவள் அல்லவா வாராஹி. அவள் பக்தனின்

மனம் சிவந்தால், தேவியின் கண் சிவக்கும். அவள் கண் சிவந்தால், பகைவர்கள் சாம்பலாவார்கள்.

பாப்பட்ட செந்தமிழ்ப் பாவாணர் நின்மலர்ப் பாதம் தன்னில்
பூப்பட்டதுவும் பொறிபட்டதோ? நின்னையே புகழ்ந்து
கூப்பிட்டது உன் செவிகேட்கிலையோ, அண்ட
                          கோளமட்டும்
தீப்பட்டதோ? பட்டதோ நிந்தையாளர் தெருவெங்குமே

பக்தியில் தோய்ந்தால், தெய்வத்துக்கும் பக்தனுக்கும் உள்ள இடைவெளி குறையும். உரிமை பெருகும். அதைத்தான் உணர்த்துகிறது இந்தப் பாடல்.

செந்தமிழ்ப் பாக்கள் என்னும் பூக்களால் கவிஞர்கள் உன் திருவடிகளை போற்றினார்களே? அவை நெருப்பில் மறைந் ததா? உன்னைப் புகழ்ந்து அழைத்தது கேட்கவில்லையா? வான முகடு வரை நெருப்பில் மூழ்கியதா? அதில் ஏசியவர் களும் அழிந்து போனார்களா?

இந்தக் கேள்வி அடுக்கினுள், தேவியிடம் தனக்குள்ள ஆழ்ந்த பக்தியையும், பற்றையும் தெளிவாக்குகிறார் புலவர்.
எங்கும் எரியக் கிரிகள் பொடிபட, எம்பகைஞர்
அங்கம் பிளந்திட விண்மண் கிழிந்திட ஆர்த்தெழுந்து
பொங்கும் கடல்கள் சுவறிட சூலத்தைப் போகவிட்டு
சிங்கத்தின்மீது வருவாள் வாராஹி சிவசக்தியே

வாராஹியின் சினம் எப்படிப்பட்டது? அதனால் என்ன நடக்கும் என்று விவரிக்கிறார் புலவர். வாராஹி வருகிறாள். அவளுடைய வாகனமான 'ரணகோலாஹலம்' என்ற சிம்மத்தின் மீதேறி வருகிறாள். அவள் வருவதற்கு முன் பாகவே, அவளுடைய சூலம் பாய்ந்து வருகிறது. அதன் விளைவாக, எங்கும் நெருப்பு பறக்கிறது; மலைகள் பொடி படுகின்றன; பகைவர்கள் உடல்பிளந்து விழுகின்றனர்; விண்ணும் மண்ணும் பிளக்கிறது; கடல்கள் வற்றிப் போகின்றன. வாராஹியின் வல்லமைக்கு இது ஒரு சான்று.

சக்தி கவுரி மகமாயி ஆயி என் சத்துருவைக்
குத்தி ரணக்குடரைப் பிடுங்கிக் குலாவி நின்றே
இத்திசை எங்கும் நடுங்கக் கிரிகள் இடிபடவே
நித்தம் நடித்து வருவாள் வாராஹி என் நெஞ்சகத்தே

குழந்தையின் மீது அன்பு பெருகும்போது, எவ்வளவோ வார்த்தைகள் அந்தக் கொஞ்சலில் வந்து குலவுகின்றன. அப்படியொரு அன்புடன் பாடுகிறார் புலவர்.

பகைவர்கள் இரண்டு வகை. ஒன்று வெளிப் பகை. அது நம் மீதான வெறுப்பு, பொறாமை, கோபம் கொண்டவர்கள் நம்மைத் துன்புறச் செய்வது. மற்றது உட்பகை. இது நமக்குள்ளேயே இருக்கும். காமம், குரோதம், லோபம், மோகம், மதம், மாச்சர்யம் ஆகியவை. வெளிப் பகைகளை நசுக்கவும், உட் பகைகளை தீய்க்கவும் நெஞ்சத்தில் எழுந் தருள்கிறாள் வாராஹி. அதனால், உட்பகை வெளிப்பகை இரண்டையும் ஒரே நேரத்தில் ஒழித்துக் கட்டுகிறாள்.

13. நெஞ்கம் தன்னில் நிறைந்திருக்கின்றவள் நிர்க்குணத்தி
நஞ்சணி கண்டத்தி நாராயணிதனை நம்புதற்கு
வஞ்சனை பண்ணி மதியாத பேரை வாழ்நாளை யுண்ணக்
கொஞ்சி நடந்து வருவாள் வாராஹி குல தெய்வமே.

தேவி, கொஞ்சி நடந்து வருகிறாள். எதற்கு? வஞ்சனை களால் தன் பக்தரை வருத்துபவர்களை அழிப்பதற்கு. அதற்கு ஏன் கொஞ்சி நடந்து வரவேண்டும். தன்னை வணங்கும் பக்தரைக் காக்கப் போகிறோமே என்ற மகிழ்ச்சி யால். சரி, அவள் எப்படிப்பட்டவள். விருப்பு வெறுப் பற்றவள்; நஞ்சுடைய கண்டத்தை உடையவள்; நாராயணி!

14. மது மாமிசம் தனைத் தின்பாள் இவளென்று
மாமறையோர்
அதுவே உதாசினம் செய்திடுவார்! அந்த அற்பர்கள்தம்
கதிர்வாய் அடைத்திட உள்ளம் கலங்கக் கடித்தடித்து

விதிர்வானில் வெட்டி எறிவாள் வாராஹி என்
மெய்த்தெய்வமே.

வாராஹி ஆவேசம் மிக்க படைத் தலைவி; அதற்கேற்ற
தன்மைகளைக் கொண்டவள். அதை உணராமல், தேவியை
அலட்சியப்படுத்தவோ, பழிக்கவோ முயன்றால், அப்படிப்
பட்டவர்களின் வாயடைத்துப் போகும்; அவர்கள் தேவி
யால் வீழ்த்தப்படுவார்கள். அன்னையின் ஆற்றலை உண
ராது ஏளனம் செய்வது விபரீதம் என்பது உட்பொருள்.

15. ஐயும் கிலியும் என்று தொண்டர் போற்ற அரியபச்சை
மெய்யும் கருணை வழிந்தோடுகின்ற விழியும் மலர்க்
கையும், பிரம்பும் கபாலமும் சூலமும் கண் எதிரே
வையம் துதிக்க வருவாள் வாராஹி மலர்க்கொடியே.
வாராஹி காட்சி தருவாள். எப்படி?

மனத்தைக் குளிர்விக்கும் பச்சை நிறத் திருமேனி; கருணை
பெருகும் விழிகள்; பிரம்பு, கபாலம், சூலம் ஏந்திய திருக்
கரங்கள். இப்படி வெளிப்படுகின்றாள். எப்போது?
யாருக்கு? ஐம், க்லௌம் என்ற பீஜ மந்திரங்களால் மன
மொன்றித் துதிக்கின்ற அன்பர் முன் காட்சி கொடுக்
கிறாள்.

16. தாளும் மனமும் தலையும் குலையத் தரியலர்கள்
மாளும் படிக்கு வரம் தருவாய்; உன்னை வாழ்த்தும் அன்பர்
கோளும் பகையும் குறியார்கள், வெற்றி குறித்த சங்கும்
பயிரும் கட்கமும் சூலமும் ஏந்திவரும் துணையே.

வாராஹியை மனமொன்றித் துதிக்கும் பக்தன் கவலைப்பட
ஏதுமில்லை. ஏனென்றால், வெற்றிச் சங்கு ஒலிக்க, வாளும்
சூலமும் தாங்கியவளாக துணைக்கு வருகிறாள் வாராஹி.
அவளைப் போற்றிப் பணியும் அன்பர்களுக்கு நவகிரகங்
களாலோ, பகைவராலோ பயமில்லை. ஏனெனில், வாராஹி
யின் அருள் பெருங்கவசமாய் காத்து நிற்கும்.

17. வரும்துணை என்று வாராஹி என்றன் அன்னையை
வாழ்த்திநிதம்
பொருந்தும் தகைமையைப் பூணாதவர் புலால் உடலைப்
பருந்தும் கழுகும் வெம்பூதமும் வெய்ய பிசாசுகளும்
விருந்துண்ணப் பட்டுக் கிடப்பர் கண்டீர், உடல்
வேறுபட்டே.

உயிர்த் துணையாக விளங்கும் அருந்திறல் நாயகி வாராஹி
யைப் பாடிப் பரவுதலே பிறவிப் பயன். அதைச் செய்யாத
வர்கள் அனைவரும் வெறும் தோல் போர்த்திய உடற்
கூடுகள். அந்த உடற்கூடுகள் பருந்து, கழுகு, பேய் மற்றும்
பூதங்களின் விருந்தாகும்.

வாராஹி வழிபாடு மிகவும் சிறப்புடையது என்கிற அறு
வுறுத்தல் இது.

18. வேறாக்கும் நெஞ்சும் வினையும் வெவ்வேறு வெகுண்டு
உடலம்
கூறாக்கும், நெஞ்சத்தில் செந்நிறம் ஆன குருதி பொங்கச்
சேறாக்கும், குங்குமக் கொங்கையில் பூசும், திலகமிடும்
மாறாக்கும் நேமிப் படையாள் தலை வணங்காதவர்க்கே!

வாராஹியைப் பணிவதால் என்ன கிடைக்கும்? அவளை
வணங்காவிட்டால் என்ன நிகழும் என்பதை புரிந்து கொண்
டால், மற்றது தானே விளங்கும் அல்லவா? அப்படிச் சொல்
கிறது இப்பாடல். பக்தி என்றவுடன் வெறும் கும்பிடாக
இல்லாமல், அழுத்தமான நம்பிக்கையோடும் உள்ளார்ந்த
பற்றோடும் அமைய வேண்டும். அதுதான் உண்மையானது
என்றும் அறிவுறுத்துகிறது.

19. பாடகச் சீரடி பஞ்சமி அன்பர் பகைஞர் தமை
ஓடவிட்டே கை உலக்கை கொண்டு எற்றி உதிரமெல்லாம்
கோடகத்திட்டு வடித்தெடுத்து ஊற்றிக் குடிக்குமெங்கள்
ஆடகக் கும்ப இணைக் கொங்கையாள் எங்கள்
அம்பிகையே.

பஞ்சமி நாளில் வணங்கப்படுபவளும், பஞ்சமி என்றே குறிப்பிடப்படுபவளுமான வாராஹி, பக்தர்களிடம் பேரன்பு கொண்டவள். அந்த பக்தர்களுக்கு துன்பம் செய்பவர்களை அவள் மன்னிக்க மாட்டாள். அந்தப் பகைவர்களை ஓட ஓட விரட்டி, உலக்கையால் அடித்து, குருதியையும் கோபாவேச மாய் குடிப்பாள்.

20. தாமக்குழலும் குழையும் பொன்ஒலையும் தாமரைப்பூஞ்
    சேமக்கழலும் துதிக்க வந்தோர்க்கு ஜெகமதனில்
    வாமக்கரள களத்தம்மை ஆதிவாராஹி வந்து
    தீமைப் பவத்தை கெடுத்தாண்டு கொள்வாள் சிவசக்தியே.

அழகு பொருந்திய கார்குழல்; குழை; காதணி இவற்றோடு கூடியவளும், தாமரை போன்று குளிர்ந்த அருள் தரும் திருவடிகளையும் கொண்ட வாராஹி தேவியை எண்ணுவது புண்ணியம். அதனால், அந்த அன்பர்களின் பாவங்கள் அனைத்தும் முற்றிலுமாய் அழியும். அந்தப் பக்தனை தன்னருளால் ஆட்கொள்வாள் பராம்பிகை.

21. ஆராகிலும் நமக்கே வினைசெய்யின், அவர் உடலும்
    கூராகும் வாளுக்கு இரையிடுவாள், கொன்றை வேணியரன்
    சீரார் மகுடத்து அடியிணை சேர்க்கும் திரிபுரையாள்
    வாராஹி வந்து குடியிருந்தாள் என்னை வாழ்விக்கவே.

கொன்றை அணிந்தவன், மன்றாடியான சிவபெருமான். அந்தப் பெருமானின் அடியிணை தரும் பேற்றை அருள் பவள் ஸ்ரீ வாராஹி. அன்பர் வந்து முறையிட வேண்டிய அவசியமில்லாமலேயே, அவருக்கு துன்பம் விளை விக்கும் பகைவரை தானே முன்சென்று தண்டிப்பவள் வாராஹி - 'அவள் என்னுள் வந்து குடியிருந்தாள் என்னை வாழ்விக்கவே' என்ற வரிகள், தன்னை சரணாகதி செய்து விட்ட பக்தனின் தன்மையை உணர்த்துகிறது.

22. தரிப்பாள் கலப்பை என் அம்மை வாராஹி, என்
                                    சத்துருவை

பொரிப்பாள், பொறியெழச் செந்தீயில் இட்டுப் பொரிந்த தலை

நெரிப்பாள், தலை மண்டை மூளையைத் தின்றுபின் நெட்டு டலை உரிப்பாள்; படுக்க விரிப்பாள்; சுக்காக உலர்த்துவளே.

நிலத்தை உழுவது கலப்பை, அதைத் தரித்தவள் வாராஹி. பலராமனைப் போன்றே இவளுக்கும் இது ஆயுதம். பக்தர் களின் வினைக் கிழங்கை வேரோடு கெல்லி எடுக்கும் இவள், பக்தரைப் பகைப்பவர்களையும் வேரோடு கெல்லு கிறாள். அவர்களை நெருப்பிலிட்டு பொரித்து, நெறித்து, அழிக்கிறாள். தோலைக்கூட உரித்து காய வைக்கிறாள்.

வாராகியின் உக்ர ஸ்வரூப தியானம் என்ன செய்யும் என்பதற்கான விளக்கம் இது.

23. ஊராகிலும் உடன் நாடாகிலும் அவர்க்கு உற்றவரோடு
யாராகிலும் நமக்கு ஆற்றுவரோ? அடல் ஆழியுண்டு
காரார் கருத்த உலக்கையும் உண்டு; கலப்பை உண்டு
வாராஹி என்னும் மெய்ச் சண்டப்பிரசண்ட வடிவி உண்டே.

எந்த ஊராய் இருந்தால் என்ன? எந்த நாடாய் இருந்தால் என்ன? மக்கள் யாராக இருந்தால்தான் என்ன? அதைப் பற்றி கவலைப்படவோ, யோசிக்கவோ நமக்கு என்ன இருக்கிறது? என்று ஒரு கேள்வி - ஏனென்றால், வலிமை மிக்க சக்கரம், மேகமாய் கருத்த உலக்கை; கலப்பை போன்றவை இருக்கின்றன. இவற்றைத் தரிக்கும் சண்டப் பிரசண்ட வடிவான அன்னை வாராஹி இருக்கிறாள். அத னால், அச்சமும் கவலையும் அவசியமில்லை என்கிறது இப்பாடல்.

24. உலக்கை கலப்பை ஒளிவிடு வாள்கடக ஆழிசங்கம்
வலக்கை இடக்கையில் வைத்த வாராஹி என் மாற்றலர்கள்
இலக்கம் இல்லாத எழிற்பெரும் சேனை எதிர்வரினும்
விலக்கவல்லாள் ஒரு மெல்லிதன் பாதம் விரும்புகவே.

ஒரு மனிதனை வீழ்த்தக் கூடியது பகைதான். அது உட்பகை யாக இருந்தாலும் சரி; வெளிப்பகையாக இருந்தாலும் சரி; எவ்வளவு ஆற்றல் கொண்டிருந்தாலும் சரி; அதன் முளை யழித்து, முற்றிலும் அழித்து ஒழிப்பவள் வாராஹி. உலக்கை, கலப்பை, வாள்... என்று பலப்பல ஆயுதங்களை தாங்கி வரும் வாராஹி எல்லையற்ற வல்லமை பெற்றவள். அவளது திருவடியைப் பணிவதால் என்றும் நலமுண்டு.

25. தஞ்சம் உன்பாதம் சரணாகதி என்று சார்ந்தவர்மேல்
வஞ்சனை பில்லி கொடிதுஏவல் சூனியம் வைத்தவரை
நெஞ்சம்பிளந்து நிணக்குடல் வாங்கி நெருப்பினில்இட்டு
அஞ்சக் கரங்கொண்டு அறுப்பாள் திரிபுரை ஆனந்தியே.

பக்தியின் உச்சமான, உத்தமமான நிலை சரணாகதி. அந்தச் சரணாகதியைச் செய்துவிட்ட பக்தனைக் காக்கும் பொறுப்பு, அந்த தெய்வத்துக்குரியது.

அத்தகைய சரணாகதியை வாராஹியிடம் ஒருவன் செய்து விட்டால், அவன் கவலையற்றவனாகிறான். ஏனென்றால், அந்த பக்தன் மேல் வெறுப்பாலோ, பகையாலோ ஒருவன் ஏவல், பில்லி, சூனியம் போன்ற கொடுமைகளை செலுத்தி னால், வாராஹி பெருங்கோபம் கொள்வாள். அப்படிச் செய்தவனை பிளந்து, குடல் கீறி, நெருப்பிலிட்டு, அறுப் பாள். அதாவது, பக்தர்கள் துன்புறுத்தப்பட்டால், வாராஹி யின் சினம் எல்லையற்றுப் பெருகும் என்று பொருள்.

26. அலைபட்டு நெஞ்சம் அலைந்து உயிர்சோர அலகைக்
கையால்
கொலைபட்டு உடலம் கழுகுகள் சூழக் குருதி பொங்கி
தலைகெட்டு அவயவம் வேறாய் பதைப்புற்றுச் சாவர்
கண்டீர்,
நிலைபெற்ற நேமிப் படையாள் தனை நினையாதவரே!

மரணம் என்பது மனித வாழ்வில் தவிர்க்க முடியாத அம்சம். அதுகூட நல்லவிதமாய் அமையவேண்டும், துர்மரணமாகக்

கூடாது. அப்படி துர்மரணம் வராதிருக்க ஒரேவழி, வாரா
ஹியை பற்றிக்கொள்வதுதான் என்று வலியுறுத்துகிறது
இந்தப் பாடல். அப்படி வாராஹியை வழிபடாதவர்கள், தலை
வேறு உடல்வேறாகிச் சிதைந்து, பேய்களால் தாக்கப்பட்டு,
உயிர் அலைந்துநோக கோரமான மரணத்தைக் காண்பர்
என்றும் எச்சரிக்கிறது,

27. சிந்தை தெளிந்து உனை வாழ்த்திப் பணிந்து தினம்
        துதித்தே

அந்தி பகல் உன்னை அர்ச்சித்தபேரை அசிங்கியமாய்

நிந்தனை பண்ணி மதியாத உலுத்தர் நிணம் அருந்தி

புந்தி மகிழ்ந்து வருவாய் வாராஹி   நற்பொற்கொடியே.

வாராஹியை நினைக்கிறது மனம், வாராஹியைப் பாடுகிறது
வாய், வாராஹியைப் பணிகிறது உடல், இப்படிப்பட்ட
பக்தனை, ஒருவன் நிந்தித்தால் அவன் கொடும் தண்டனை
பெறுகிறான். ஏனென்றால், தன்னை நிந்தித்தால்கூட
பொறுத்துக்கொள்ளும் வாராஹி, தன் பக்தனை நிந்தித்தால்
கடுஞ்சினம் கொள்வாள். அதைச் செய்தவனை மாய்த்து,
அவன் நிணம் கொண்டு மகிழ்வாள் என்று எச்சரிக்கிறார்
புலவர்.

28. பொருப்புக்கு மாறுசெய் பாழியும் தோளும் பொருப்பை
        வென்ற

மருப்புக்கு நேர்சொலும் கொங்கையும் மேனியும் வாழ்த்தும்
        எனது

இருப்புக் கடிய மனதில் குடிகொண்டு எதிர்த்தவரை

நெருப்புக்குவால் எனக் கொல்வாய் வாராஹி என்
        நிர்க்குணியே.

மனித மனம் இரும்பை விடக் கடினமா? ஆம்; எதையும்
முழுமையாக ஏற்காத சுபாவம் கொண்டது. அப்படிப்பட்ட
கடிய மனத்திலும் ஊடுருவி இடம் கொள்ள வல்லவள்
வாராஹி. தன் வலிமையும், அருளும் துலங்குமாறு பக்தனின்

மனதில் குடிகொள்ளும் வாராஹி, அவன் எதிரிகளை நெருப்
புக்கு இரையாக்குவாள் என்று பொருள்.

29. தேறிட்ட நின்மலர்ப்பாத அரவிந்தத்தை சிந்தைசெய்து
நீறு இட்டவர்க்கு வினைவருமோ? நின் அடியவர்பால்
மாறிட்டவர் தலை வாளாயுதம் கொண்டு வாட்டி இரு
கூறிட்டு எறிய வருவாய் வாராஹி குல தெய்வமே!

வாராஹியின் திருவடிகளையே எப்போதும் சிந்திப்பதும்,
அந்த நினைவிலேயே திருநீறு தரிப்பதுமாக விளங்கு
பவர்க்கு எந்தத் துன்பமும் வராது. அப்படிப்பட்ட பக்தருடன்
மாறுபட்டு எதிர்ப்பவரை தன்னுடைய வாளால் வெட்டி,
இரு கூறாக்கித் தண்டிப்பாள் குலம் காக்கும் திருமகளான
வாராஹி.

30. நரிபரி ஆக்கிய சம்புவின் பாகத்தை நண்ணியமான
அரிஅயன் போற்றும் அபிராமி தன் அடியார்க்கு முன்னே
சரியாக நின்று தருக்கம்செய் மூடர் தலையை வெட்டி
எரியாய் எரித்துவிடுவாள் வாராஹி எனும் தெய்வமே!

வாராஹிக்காரனோடு வாயாடாதே என்ற வழக்கு மொழி
யின் விளக்கமாக அமைந்துள்ள பாடல் இது.

நரியைப் பரியாக்கிய சிவனின் இடப்பாகம் கொண்டவள்
வாராஹி; அவளை திருமாலும் நான்முகனும் போற்றிப்
பரவுகின்றனர். அவளோ, தன்னை மனமொன்றித் தொழும்
பக்தனின் மனத்தே இருக்கிறாள். அந்த பக்தனை தெரிந்து
விதண்டாவாதமாக எதிர் வாதம் பேசுவது பெரும் பிழை.
அப்படிப்பட்ட மூடர்களின் தலையை வெட்டி நெருப்பி
லிடுவாள் வாராஹி என்று எச்சரிக்கிறது பாடல்.

31. வீற்றிருப்பாள் நவகோணத்திலே, நம்மை
             வேண்டுமென்று
காத்திருப்பாள் கலி வந்தணுகாமல்; என் கண் கலக்கம்

பார்த்திருப்பாள் அல்லள்; எங்கே என்று அங்குச பாசம் கையில்

கோர்த்திருப்பாள், இவளே என்னை ஆளும் குலதெய்வமே.

ஒன்பது கோணங்களைக் கொண்ட சக்கரத்தில் அமர்ந்தவள், ஏன்? தன் பக்தர்களை கலி தீண்டாமல் காப்பதற்காக! தன் பக்தன் எந்த நிலையிலும் கலங்கங் கூடாது என்பதற்காக, எப்போதும் அங்குசம் பாசம் ஆகியவற்றை தரித்தவளாக தயார் நிலையில் காத்திருக்கும் குலதெய்வம் இந்த வாராஹி.

32. சிவஞான போதகி செங்கைக் கபாலி, திகம்பரி நல் தவமாகும் மெய்அன்பர்க்கே இடர் சூழும் தரியலரை அவமானம் செய்யக் கணங்களை ஏவும் அகோரி, இங்கு நலமாக வந்தெனைக் காக்கும் திரிபுர நாயகியே.

சிவதத்துவத்தை உரைப்பது சிவஞான போதம். அந்த ஞானத்தை வழங்குபவள் வாராஹி. உக்கிர கோலத்தில் இவளும் கபாலம் ஏந்தியவள்தான்; திசைகளை ஆடையாகக் கொண்ட திகம்பரி; தன்னைச் சரணடைந்த பக்தர்களுக்கு துன்பம் விளைவிப்பவரை தண்டிக்க பூதகணங்களை ஏவும் அகோரி; அவள்தான் நலமுடன் காத்து நிற்கின்ற திரிபுர நாயகியான வாராஹி.

இந்த வாராஹி மாலையை மனமொன்றி பஞ்சமி தினங் களில் பாராயணம் செய்வது விசேஷமான பலனைத் தரும். வாராஹியின் பல்வேறு வடிவங்களையும் இதில் பாடியிருக் கிறார் புலவர். வெறும் வார்த்தைகளாகச் சொல்லாமல், உள்ளம் ஒன்றி, வாராஹியிடம் முற்றிலுமாகக் கரைந்து இந்தத் துதி படிக்கப்பட்டால், வாராஹியின் திருவருள் சித்திக்கும் என்பது நிச்சயம்.

13. வாராஹி நிக்ரஹாஷ்டகம்

ஸ்ரீ கணேசாய நம:

தேவி க்ரோடமுகி த்வதங்க்ரிகமல த்வந்த்வானு
ரக்தாத்மனே மஹ்யம்
த்ருஹ்யதி யோ மஹேசி மனஸா காயேன வாசா நர:
தஸ்யாசு த்வதயோக்ர நிஷ்டுர ஹலாகாத
ப்ரபூதவ்யதாபர்யஸ்யன்
மனஸோ பவந்து வபுஷ: ப்ராணா: ப்ரயாணோன்முகா:

1

தேவி த்வத்பதபத்ம பக்திவிபவ ப்ரக்ஷீண துஷ்கர்மணி
ப்ராதுர்முதந்ருசம்ஸ பாவமலினாம் வ்ருத்திம் விதத்தே மயி
யோ தேஹீம் புவனே ததீஹ்ருயான் நிர்மத்வரை:
லோஹிதை:
ஸத்ய: பூரயஸே கராப்ஜசஷகம் வாஞ்சாபலைர்மாமபி

2

சண்டோத்துண்ட விதீர்ண துஷ்டஹ்ருதய
ப்ரோத்பின்னரக்தச்சடா
ஹாலாபான மஹாட்டஹாஸனி நதா டோப ப்ரதா
போத்கடம்

மாதர் மத்பரிபந்தினாமப ஹ்ருதை: ப்ராணைஸ்த்வ
தங்க்ரித்வயம்
த்யானோத்தாமரவைர் பவோதய வசாத்ஸந்தர்ப்பயாமி
க்ஷணாத்   3

ச்யாமாம் தாமரஸான நாங்க்ரிநயனாம் ஸோமார்த சூடாம்
ஜகத்ராண
வ்யக்ர ஹலாயுதாக்ர முஸலாம் ஸந்த்ராஸ முத்ராவதீம்
யே த்வாம் ரக்த கபாலினீம் ஹர வராரோஹே
வராஹானனாம் பாவை
ஸந்ததே கதம் க்ஷணமபி ப்ராணந்தி தேஷாம் த்விஷ:
                                                           4

விச்வாதீச்வர வல்லபே விஜயஸே யா த்வம் நியந்த்ராத்மிகா
பூதான்தா
புருஷாயுஷாவதிகரீ பாகப்ரதா கர்மணாம்
த்வாம் யாசே பவதீம் கிமப்ய விததம் கோ மத்விரோதீ
ஜனஸ்தஸ்யாயுர்
மம வாஞ்சிதாவதி பவேன் மாதஸ்தவைவாக்யயா   5

மாத: ஸம்யகுபாஸிதும் ஜடமதிஸ்த்வாம் நைவ
ஷக்னோம்யஹம்
யத்யப்யன்வி ததை சிகாங்க்ரி கமலானு க்ரோசபாத்ரஸ்ய மே
ஐந்து: கஸ்சன் சிந்தயத்யகுசலம் யஸ்தஸ்ய தத்வைசஸம்
பூயாத் தேவி
விரோதினோ மம ச தே ச்ரேய: பதாமங்கின: 6

வாராஹி வ்யதமான மானஸகலத் ஸௌக்யம் ததாசாவலிம்
ஸீதந்தம்
யமபாக்ருதாத்யவளிதம் ப்ராப்தாகிலோத்பாதிதம்
க்ரந்தத்வன் துஜனை: கலங்கிதகுலம் கண்டவ்ரணோத்யத்
க்ரிமிம்
பஸ்யாமி ப்ரதிபக்ஷமாஸு பதித் ப்ராந்தம் லுடந்தம் முஹு:
                                                           7

வாராஹி த்வமசேஷஜந்துஷு புன: ப்ராணாத்மிகா
ஸ்பந்தஸே
க்திவ்யாப்தசராசரா கலு யதஸ்த்வா மேத தப்யர்த்தயே
த்வத் பாதாம்புஜ ஸங்கினோ மம ஸக்ருத் பாபம் சிகீர்ஷந்தி யே
தேஷாம் மா-குரு சங்கரப்ரியதமே தேஹாந்தராவஸ்திதிம்
8

(ஸ்ரீ வாராஹி நிக்ரஹாஷ்டகம் சம்பூர்ணம்)

14. வாராஹி அனுக்ரஹாஷ்டகம்

ஸ்ரீ கணேசாய நமஃ

ஈஸ்வர உவாச -

மாதர்ஜகத்ரசன நாடக சூத்ரதாரஃ ஸத்ரூபமாகலயிதும் பரமார்த்ததோயம்

ஈசீயப்பயனீச்வரபதம் ஸமுபைதி தாத்ருக் கோன்யஃ ஸ்தவம் கிமிவ தாவக மாததாதும்   (1)

நமாமி கிம் நு குணதஸ்தவ லோக துண்டே நாடம்பரம் ஸ்ப்ருஷதி தண்டதரஸ்ய தண்டஃ

யல்லேஷ லம்பித பவாம்பு நிதிர்யதோ யத்வன்னாம ஸம்ஸ்ரிதிரியம் நனு நஃ ஸ்துதிஸ்தே   (2)

த்வச்சின்தநாதரஸ முல்லஸத ப்ரமேயானந்ததோ தயாத் ஸமுதிதஃ ஸ்புட ரோமஹர்ஷஃ

மாதர்நமாமி ஸூதினானி ஸதேத்யமும் த்வாமப்யர்த்தயே அர்த்தமிதி பூரயதாத்தயாளோ   (3)

இந்த்ரேந்துமௌளி விதிகேசவ மௌளி ரத்ன ரோசிஸ்சயோஜ்வலித பாத ஸரோஜயுக்மே

சேதோ மதெள மம ஸதா ப்ரதிபிம்பிதம் த்வம் பூயா பவானி
விததாது ஸதோருஹாரே   (4)

லீலோத்ருதக்ஷிதிதலஸ்ய வராஹமூர்த்தேர் வாராஹ
மூர்த்திரகிலார்ததகரீ த்வமேவ
ப்ராலேய ரச்மி சுகலோல்லஸிதாவதம்ஸா த்வம் தேவி
வாமதனு பாகஹரா ஹரஸ்ய   (5)

த்வாமம்ப தப்தகனகோஜ்வல காந்தி மந்தர்யே சிந்தயந்தி
யுவதீதனுமாகலாந்தாம்
சக்ராயுத த்ரிநயனாம்பர போத்ரு வக்த்ராம் தேஷாம்
பதாம்புஜயுகம் ப்ரணமந்தி தேவா:   (6)

த்வத்ஸேவனஸ்கலித பாப சயஸ்ய மாதர்மோக்ஷோபி யத்ர ந
ஸதாம் கணனாமுபைதி
தேவாசுரோரரகந்ரிபாலன மஸ்யபாதஸ்தத்ர ஸ்ரீய: படுகிர:
கிய தேவ மஸ்து   (7)

கிம் துஷ்கரம் த்வயி மனோவிஷயம் கதாயாம் கிம் துர்லபம்
த்வயி விதானவதர்சிதாயாம்
கிம் துஷ்கரம் ஸ்கரித் ஸ்ம்ரிதி மாகதாயாம் கிம் துர்ஜயம்
த்வயி க்ருதஸ்துதி வாத பும்ஸாம்   (8)

(ஸ்ரீ வாராஹி அனுக்ராஹாஷ்டகம் சம்பூர்ணம்)

★ ★ ★

15. ஸ்ரீ வாராஹி கவசம்

அஸ்ய ஸ்ரீ வாராஹி கவசஸ்ய த்ரிலோசன ருஷி: ॥
அனுஷ்டுப்

சந்த: । ஸ்ரீ வாராஹி தேவதா ॥

ஓளம் பீஜம் । க்லௌம் சக்தி: । ஸ்வாஹா । இதி கீலகம் । மம

ஸர்வ சத்ரு நாசார்த்தே ஜபே விநியோக: ।

த்யானம்

த்யாத் வேந்த்ர நீலவர்ணாபாம் சந்த்ர ஸூர்யாக்னி
லோசனாம் ।

விதிவிஷ்ணு ஹரேந்த்ராதி மாத்ரு பைரவ ஸேவிதாம் ॥

ஜ்வலன்மணி கனப்ரோக்த மகுடாமா விலம்பிதாம் ।

அஸ்த்ர சஸ்த்ராணி ஸர்வாணி தத்தத் கார்யோசிதானிச ॥

ஏதை ஸமஸ்தைர்வி விதம் பிப்ரதீம் முசலம் ஹலம் ।

பாத்வா ஹிம்ஸ்ரன் ஹி கவசம் புக்திமுக்திபலப்ரதம் ॥

படேத்ரிஸ்ந்த்யம் ரக்ஷார்த்தம கோரசத்ரு நிவ்ருத்திதம் ।

வார்தாளி மே சிர: பாது கோராஹி பாலமுக்தமம் ॥

நேத்ரே வராஹவதனா பாதுகர்ணௌ ததாம்ஜனி ।
க்ராணம் மே ருந்தினீ பாது முகம் மே பாது ஐந்தினீ ॥

பாது மே மோஹினீ ஜிஹ்வாம் ஸ்தம்பினீ கண்டமாதராத் ।
ஸ்கந்தௌ மே பஞ்சமீ பாது புஜௌ மஹிஷவாஹனா ॥

ஸிம்ஹாரூடா கரௌ பாது குசௌ க்ருஷ்ண கிருதூஞ்சிதா ।
நாபிஞ் ச ஸங்கினி பாது ப்ருஷ்டதே - சே - து - ஸகரிணீ ॥

கட்கம் பாது ச கட்யாம் மே மேட்ரம் பாது ச பேதினி ।
குதம் மே க்ரோதினீ பாது ஜகனம் ஸ்தம்பினி ததா ॥

சண்டோகண்ட சோருயுகம் ஜானுனீ சத்ருமர்த்தினீ ।
ஜங்காத்வயம் பத்ரகாளீ மஹாகாளி ச குல்பயோ: ॥

பாதாத் யங்குலி பர்யந்தம் பாதுசோன்மத்த பைரவி ।
ஸர்வாங்கம் மே ஸதா பாது கால ஸங்கர்ஷணீ ததா ॥

யுக்தாயுக்தா ஸ்திதம் நித்யம் ஸர்வ பாபா ப்ரமுச்யதே ।
ஸர்வே ஸமர்த்ய ஸம்யுக்தம் பக்தரக்ஷண தத்பரம் ॥

ஸமஸ்த தேவதா ஸர்வம் ஸவ்யம் விஷ்ணோல்ய
புரார்த்தனே ।
ஸர்வ சத்ரு விநாசாய கலி னா நிர்மதம் புரா ॥

ஸர்வ பக்த ஜனாஸ்ரித்ய ஸர்வ வித்வேஷ ஸம்ஹதி: ।
வராஹீ கவசம் நித்யம் த்ரி ஸந்த்யம் ய:படேந்த்ர ॥

ததாவிதம் பூதகளா ந ஸ்ப்ருஸந்தி கதாசன ।
அடத சத்ரு சோராதி க்ரஹா தோஷாஸ்ச ஸம்பவா: ॥

மாதா புத்ரம் யதா வத்ஸம் தேனு: பக்ஷமேவ லோசனம் ।
ததோங்கமேவ வாராஹி ரக்ஷாரக்ஷதி ஸர்வதா ॥

ஶ்ரீ வாராஹி கவச ஸ்தோத்ரம் ஸம்பூர்ணம்

16. ஸ்ரீ ஆதி வாராஹி ஸ்தோத்திரம்

தேவி உவாச!

நமோஸ்து தேவி வாராஹி
ஜயைகரஸ்வ ரூபிணி
ஜபித்வா பூமி ரூபேண
நமோ பகவதிப்ரியே ။   1

ஜயக்ரோடாஸ்து வாராஹி
தேவித்வாம்ச நமாம்யஹம்
ஜய வாராஹி விஸ்வேசி
முக்ய வாராஹிதே நமஃ ။   2

முக்ய வாராஹி வந்தேத்வாம்
அந்தே அந்தினிதே நமஃ
ஸர்வதுஷ்ட பிரதுஷ்டானாம்
வாக்ஸ்தம்பநகரீ நமஃ   3

நமஸ் ஸ்தம்பினி ஸ்தம்பேத்வாம்
ஜ்ரும்பே ஜ்ரும்பிணி தேநமஃ
ருந்தே ருந்தினி வந்தேத்வாம்
நமோ தேவிது மோகினி ။   4

ஸ்வபக்தானாம் ஹிஸர்வேஷாம்
ஸர்வ காமப்ரதே நம:
பாஹ்வோ: ஸ்தம்பகரீம்
வந்தே சித்தஸ்தம்பினி தேநம: ॥ 5

சக்ஷூஸ் ஸ்தம்பினித்வாம்
முக்ய ஸ்தம்பினி தேநமோ நம:
ஜகத்ஸ்தம்பினி வந்தே நம:
த்வாம் ஜிஹ்வா ஸ்தம்பன காரிணீ ॥ 6

ஸ்தம்பனம் குரு சத்ரூணாம்
குரு மேசத்ரு நாசனம்
ஸீக்ரம் வச்யம் ச குருதே
யோக்நௌ வாசாஸ்மகே நம: ॥ 7

டசதுஷ்டய ரூபே த்வாம்
சரணம் ஸர்வதா பஜே
ஹேமாத் மகேபட் ரூபணே
ஜய ஆத்யானனே சிவே ॥ 8

தேஹிமே ஸகலான காமான்
வாராஹி ஜகதீஸ்வரி
நமஸ்துப்யம் நமஸ்துப்யம்
நமஸ்துப்யம் நமோ நம: ॥ 9

இதம் ஆத்யானனா ஸ்தோத்திரம்
சர்வபாப விநாசனம்
படேத்ய: ஸர்வதா பக்த்யா
பாதகைர் முச்யதே ததா: ॥ 10

லபந்தேச சத்ரவோ நாசம்
துஃக ரோபம்ருத்யவ:
மஹாதாயுஷ்ய மாப்மோதி
அலக்ஷ்மீர் நாசமாப்நுயாத்: ॥ 11

நபயம் வித்யதே க்வாபி
ஸர்வதா விஜயோ பவேத்
அபீஷ்டார்தான் லபேத்
ஸர்வான சரீரி நாத்ர ஸம்ஸய ॥   12

**இதிருத்ர யாமளே தந்த்ரே, உமாமகேஸ்வர ஸம்வாதே -
ஆதி வாராஹி ஸ்தோத்திரம் சம்பூர்ணம்**

★ ★ ★

17. ஸ்ரீ வாராஹி அஷ்டோத்திரம்

ஓம் ஐம் க்லௌம் வாராஹ்யை நமஃ
ஓம் ஐம் க்லௌம் பஞ்சமி சித்தி தேவ்யை நமஃ
ஓம் ஐம் க்லௌம் வாஸவ்யை நமஃ
ஓம் ஐம் க்லௌம் வைதேஹ்யை நமஃ
ஓம் ஐம் க்லௌம் வஸுதாயை நமஃ
ஓம் ஐம் க்லௌம் விஷ்ணு வல்லபாயை நமஃ
ஓம் ஐம் க்லௌம் பலாயை நமஃ
ஓம் ஐம் க்லௌம் வஸுந்தராயை நமஃ
ஓம் ஐம் க்லௌம் வாமாயை நமஃ
ஓம் ஐம் க்லௌம் தர்மிண்யை நமஃ   10

ஓம் ஐம் க்லௌம் அதிசயகார்ய ஸித்திதாயை நமஃ
ஓம் ஐம் க்லௌம் பகவத்யை நமஃ
ஓம் ஐம் க்லௌம் ஸ்ரீபுர ரக்ஷிண்யை நமஃ
ஓம் ஐம் க்லௌம் வனப்ரியாயை நமஃ
ஓம் ஐம் க்லௌம் காம்யாயை நமஃ
ஓம் ஐம் க்லௌம் காஞ்சன்யை நமஃ
ஓம் ஐம் க்லௌம் கபாலின்யை நமஃ
ஓம் ஐம் க்லௌம் தாராயை நமஃ
ஓம் ஐம் க்லௌம் லக்ஷ்மியை நமஃ

ஓம் ஐம் க்லௌம் சக்த்யை நம: 20
ஓம் ஐம் க்லௌம் சண்ட்யை நம:
ஓம் ஐம் க்லௌம் பீமாயை நம:
ஓம் ஐம் க்லௌம் அபயாயை நம:
ஓம் ஐம் க்லௌம் வார்த்தாள்யை நம:
ஓம் ஐம் க்லௌம் வாக் விலாஸின்யை நம:
ஓம் ஐம் க்லௌம் நித்ய வைபவாயை நம:
ஓம் ஐம் க்லௌம் நித்ய சந்தோஷின்யை நம:
ஓம் ஐம் க்லௌம் மணிமகுட பூஷணாயை நம:
ஓம் ஐம் க்லௌம் மணிமண்டப வாஸின்யை நம:
ஓம் ஐம் க்லௌம் ரக்தமால்யாம் பரதராயை நம: 30

ஓம் ஐம் க்லௌம் கபாலிப்ரிய தண்டின்யை நம:
ஓம் ஐம் க்லௌம் அஸ்வாரூடாயை நம:
ஓம் ஐம் க்லௌம் தண்டநாயக்யை நம:
ஓம் ஐம் க்லௌம் கிரிசக்ர ரதாரூடாயை நம:
ஓம் ஐம் க்லௌம் உத்தராயை நம:
ஓம் ஐம் க்லௌம் வராஹ முகாயை நம:
ஓம் ஐம் க்லௌம் பைரவ்யை நம:
ஓம் ஐம் க்லௌம் குர்குராயை நம:
ஓம் ஐம் க்லௌம் வாருண்யை நம:
ஓம் ஐம் க்லௌம் ப்ரும்மரந்தரகாயை நம: 40

ஓம் ஐம் க்லௌம் ஸ்வர்க்காயை நம:
ஓம் ஐம் க்லௌம் பாதாள காயை நம:
ஓம் ஐம் க்லௌம் பூமிகாயை நம:
ஓம் ஐம் க்லௌம் ஸ்ரியை நம:
ஓம் ஐம் க்லௌம் அஸிதாரிண்யை நம:
ஓம் ஐம் க்லௌம் கர்கராயை நம:
ஓம் ஐம் க்லௌம் மனோவாஸாயை நம:
ஓம் ஐம் க்லௌம் அந்தே அந்தின்யை நம:
ஓம் ஐம் க்லௌம் சதுரங்க பலோத்கடாயை நம:
ஓம் ஐம் க்லௌம் ஸத்யாயை நம: 50

ஓம் ஐம் க்லௌம் க்ஷேத்ரக்ஞாயை நம:
ஓம் ஐம் க்லௌம் மங்களாயை நம:
ஓம் ஐம் க்லௌம் ம்ருத்யை நம:
ஓம் ஐம் க்லௌம் ம்ருத்யுஞ்சயாயை நம:
ஓம் ஐம் க்லௌம் மகிஷக்ன்யை நம:
ஓம் ஐம் க்லௌம் ஸிம்ஹா ரூடாயை நம:
ஓம் ஐம் க்லௌம் மஹிஷா ரூடாயை நம:
ஓம் ஐம் க்லௌம் வ்யாக்ரா ரூடாயை நம:
ஓம் ஐம் க்லௌம் அஸ்வா ரூடாயை நம:
ஓம் ஐம் க்லௌம் ருந்தே ருந்தின்யை நம: 60

ஓம் ஐம் க்லௌம் தான்யப்ரதாயை நம:
ஓம் ஐம் க்லௌம் தராப்ரதாயை நம:
ஓம் ஐம் க்லௌம் பாபநாசின்யை நம:
ஓம் ஐம் க்லௌம் தோஷநாஸின்யை நம:
ஓம் ஐம் க்லௌம் ரிபு நாஸின்யை நம:
ஓம் ஐம் க்லௌம் கூஷமாரூபிண்யை நம:
ஓம் ஐம் க்லௌம் ஸித்திதாயின்யை நம:
ஓம் ஐம் க்லௌம் ரௌத்ர்யை நம:
ஓம் ஐம் க்லௌம் ஸர்வக்ஞாயை நம:
ஓம் ஐம் க்லௌம் வ்யாதிநாஸின்யை நம: 70

ஓம் ஐம் க்லௌம் அபயவரதாயை நம:
ஓம் ஐம் க்லௌம் ஐம்பே ஐம்பின்யை நம:
ஓம் ஐம் க்லௌம் உத்தண்டின்யை நம:
ஓம் ஐம் க்லௌம் தண்டநாயிகாயை நம:
ஓம் ஐம் க்லௌம் துக்கநாஸின்யை நம:
ஓம் ஐம் க்லௌம் தாரித்ர்ய நாஸின்யை நம:
ஓம் ஐம் க்லௌம் ஹிரண்ய கவசாயை நம:
ஓம் ஐம் க்லௌம் வ்யசவாயிகாயை நம:
ஓம் ஐம் க்லௌம் அரிஷ்ட தமன்யை நம:
ஓம் ஐம் க்லௌம் சாமுண்டாயை நம: 80

ஓம் ஐம் க்லௌம் கந்தின்யை நமః
ஓம் ஐம் க்லௌம் கோரக்ஷகாயை நமः
ஓம் ஐம் க்லௌம் பூமிதானேஸ்வர்யை நமः
ஓம் ஐம் க்லௌம் மோஹே மோஹின்யை நமः
ஓம் ஐம் க்லௌம் பஹுரூபாயை நமः
ஓம் ஐம் க்லௌம் ஸ்வப்ன வாராஹ்யை நமः
ஓம் ஐம் க்லௌம் மஹா வாராஹ்யை நமः
ஓம் ஐம் க்லௌம் ஆஷாட பஞ்சமி பூஜனப்ரியாயை நமः
ஓம் ஐம் க்லௌம் மது வாராஹ்யை நமः
ஓம் ஐம் க்லௌம் மந்த்ரிணி வாராஹ்யை நமः   90

ஓம் ஐம் க்லௌம் பக்த வாராஹ்யை நமः
ஓம் ஐம் க்லௌம் பஞ்சம்யை நமः
ஓம் ஐம் க்லௌம் பஞ்சபஞ்சிகா பீடவாஸின்யை நமः
ஓம் ஐம் க்லௌம் ஸங்கேதாயை நமः
ஓம் ஐம் க்லௌம் ஸமயேஸ்வர்யை நமः
ஓம் ஐம் க்லௌம் ஸதம்பே ஸ்தம்பின்யை நமः
ஓம் ஐம் க்லௌம் வன வாசின்யை நமः
ஓம் ஐம் க்லௌம் கிருபா ரூபின்யை நமः
ஓம் ஐம் க்லௌம் தயா ரூபின்யை நமः
ஓம் ஐம் க்லௌம் ஸகலவிக்ன விநாஸின்யை நமः 100

ஓம் ஐம் க்லௌம் போத்ரின்யை நமः
ஓம் ஐம் க்லௌம் ஸர்வதுஷ்ட ஜிஹ்வா முகவாக்
      ஸ்தம்பின்யை நமः
ஓம் ஐம் க்லௌம் அனுக்ரஹதாயை நமः
ஓம் ஐம் க்லௌம் அணிமாதி சித்திதாயை நமः
ஓம் ஐம் க்லௌம் ஸ்ரீ ப்ருஹத் வாராஹ்யை நமः
ஓம் ஐம் க்லௌம் ஆக்ஞா சக்ரேஸ்வர்யை நமः
ஓம் ஐம் க்லௌம் விஸ்வ விஜயாயை நமः
ஓம் ஐம் க்லௌம் ஸ்ரீ புவனேஸ்வரீ ப்ரிய மஹா
வாராஹ்யை நமः   108
    ஸ்ரீ வாராஹி அஷ்டோத்ர சதநாமாவளி ஸம்பூர்ணம்
★ ★ ★